ம.இலெ. தங்கப்பா

இந்திய இலக்கியச் சிற்பிகள்
# ம.இலெ.தங்கப்பா

**பாவண்ணன்**

சாகித்திய அகாதெமி

**M.L. Thangappa:** Monograph in Tamil by Paavannan, Sahitya Akademi, New Delhi, (Reprint 2025), Rs. 100/-

| | | | |
|---|---|---|---|
| உரிமை © சாகித்திய அகாதெமி | | Copyright: | @Sahitya Akademi |
| ஆசிரியர் | : பாவண்ணன் | Author | : Paavannan |
| பொருள் | : இந்திய இலக்கியச் சிற்பிகள் | Genre | : Makers of Indian Literature |
| பதிப்பாளர் | : சாகித்திய அகாதெமி | Publisher | : Sahitya Akademi |
| முதற் பதிப்பு | : 2022 | 1st Edition | : 2022 |
| 2வது மறுபதிப்பு | : 2025 | 2nd Reprint | : 2025 |

ISBN : 978-93-5548-215-0
விலை : ரூ. 100/-

All rights reserved. No part of this book may be reproduced or utilized in any form or by any means, electronic or mechanical including photocopying, recording or by any information storage and retrival system, without permission in writing from Sahitya Akademi.

### சாகித்திய அகாதெமி

**தலைமை அலுவலகம்** : இரவீந்திர பவன், 35, பெரோஸ்ஷா சாலை, புது தில்லி 110 001.
secretary@sahitya-akademi.gov.in | 011-23386626/27/28.

**விற்பனை அலுவலகம்** : 'ஸ்வாதி' மந்திர் சாலை, புது தில்லி 110 001
sales@sahitya-akademi.gov.in | 011-23745297, 23364204.

**கொல்கத்தா** : 4, டி.எல். கான் சாலை, கொல்கத்தா 700 025
rs.rok@sahitya-akademi.gov.in | 033-24191683/24191706.

**சென்னை** : குணா வளாகம், 443, இரண்டாம் தளம், அண்ணா சாலை, தேனாம்பேட்டை, சென்னை 600 018.
chennaioffice@sahitya-akademi.gov.in 044-24311741 | 24354815

**மும்பை** : 172, மும்பை மராத்தி கிரந்த சங்கிரகாலய சாலை, தாதர், மும்பை 400 014
rs.rom@sahitya-akademi.gov.in 022-24135744 | 24131948.

**பெங்களூரு** : மத்தியக் கல்லூரி வளாகம், பல்கலைக்கழக நூலக கட்டிடம், டாக்டர் அம்பேத்கர் வீதி, பெங்களூரு 560 001
rs.rob@sahitya-akademi.gov.in. 080-22245152, 22130870.

அச்சகம் : M/s. Digitall Services, Chennai
ஒளி அச்சு : R. Udhayabaskar, Chennai - 32
Visit our website at http://www.sahitya-akademi.gov.in

# முன்னுரை

தங்கப்பா தமிழுலகம் நன்கறிந்த பாவலர். அன்பே வாழ்வின் மையமென தன் வாழ்நாள் முழுதும் சொல்லிக்கொண்டே இருந்தவர். 'அன்பால் நிறைந்த உள்ளத்தில்தான் அமைதியும் நிறைந்திருக்கும். தன் சொந்த முன்னேற்றம் என்ற வேட்கைக்கு அங்கே இடமிருக்காது. தான் என்ற உணர்வுக்கு அடிமையாகாத உள்ளமே வாழ்க்கையை இயற்கைச் சுவையுணர்வுடன் பார்க்கும்' என்னும் கருத்துக்கு விளக்கமாக வாழ்ந்து காட்டியவர். அவர் வாழ்க்கையே அவர் விடுத்த செய்தி.

உள்ளம் வேறு, மனிதன் வேறு அல்ல. உள்ளமே மனிதன். மனிதனின் சிறப்பும் செம்மையும் அவன் உள்ளத்தைச் சார்ந்தவை. உள்ளம் அமைந்திருப்பது உடலில் என்பதால் உள்ளத்தைப் பேணுதல் வேண்டும். உடலுக்கென்று தனிவாழ்க்கை இல்லை. அப்படி வாழ்வதில் எந்தச் சிறப்பும் இல்லை. பயனும் இல்லை. ஒருவன் உடல்நலமும் வலிமையும் பெற்று, எல்லா உலக வளங்களும் பெற்று வாழ்வது உள்ளத்தின் நலம் பேணுதற்காகவே. ஆதலால் ஒருவன் உடல்நலமும் எல்லா உலகியல் வளங்களும் வாய்க்கப் பெற்று வாழ்ந்தால் மட்டும் போதாது. அவன் உள்ளார்ந்த பண்புநலன்கள் உடையவனாகவும் வாழ்தல் வேண்டும். ஆனால் பெரும்பாலான மனிதர்கள் அறியாமையில் மூழ்கியிருக்கிறார்கள். வெளிப்படையானவையும் கட்டாயமானவையும் மட்டுமே அவர்களுடைய கவனத்தில் படுகின்றன. ஆழ்ந்து எண்ணித் தெளியவேண்டிய செய்திகளில் ஒருவரும் போதிய அக்கறை கொள்வதில்லை. புறத்தேவைகளில் ஈடுபடும் அளவுக்கு அகத் தேவைகளில் அவர்களுக்கு ஈடுபாடு இல்லாமல் போகிறது. எப்போதும் இக்கருத்தே அவருடைய உரையாடலின் மையப்புள்ளியாக இருக்கும். அவர் சொன்னதைக் கேட்டுக் கேட்டு எனக்கு இச்சொற்கள் மனப்பாடமாகி விட்டன. கல்வெட்டு எழுத்துகளைப்போல என் நெஞ்சில் ,ஆழமாகப் பதிந்துவிட்ட இச்சொற்களை என்னால் ஒருபோது மறக்கமுடியாது.. அவரை நினைக்கும்தோறும் இச்சொற்களே நெஞ்சில் எழுந்துவருகின்றன.

1975இல் தாகூர் கலைக்கல்லூரியில் பட்டப்படிப்பில் சேர்ந்தபோது எனக்கு அவருடைய அறிமுகம் கிடைத்தது. அவருடைய அமைதியான பேச்சும், திருத்தமான சிந்தனையும் அன்போடு பழகும் விதமும் என்னை மிகவும் கவர்ந்தன. நான் படித்தது கணிதப்பிரிவில். அவர் இருந்ததோ தமிழ்ப்பிரிவில். ஆயினும் ஒவ்வொரு நாளும் மதிய உணவு இடைவேளை நேரத்தில் வேகவேகமாக சாப்பிட்டுவிட்டு அவரைப் பார்க்க ஓடிவிடுவேன். நான் எழுதியிருக்கும் புதிய பாடலை அவரிடம் காட்டி திருத்தங்கள் பெறுவேன். அவரிடமிருந்து புத்தகங்கள் வாங்கிவந்து படித்துவிட்டு திருப்பிக்கொடுப்பேன். அவர் தன் உரையாடல்கள்

வழியாகவும் தன் திருத்தங்கள் வழியாகவும் என்னை கொஞ்சம் கொஞ்சமாக செம்மைப்படுத்தினார். என் எழுத்துக்கு மட்டுமல்ல, என் வாழ்க்கைக்கும் அவரே என் வழிகாட்டி. எல்லா வகையிலும் அவர் எனக்கு ஆசான்.

2018இல் மே மாத இறுதியில் அவர் மறைந்தார். அதற்குச் சில வாரங்கள் முன்புதான் நான் புதுவைக்குச் சென்றிருந்தேன். புதுவை நண்பர் பி.என்.எஸ்.பாண்டியன் அவரைப்பற்றி ஓர் ஆவணப்படத்தை எடுத்துக்கொண்டிருந்தார். நான் பேசவேண்டிய பகுதியை எடுப்பதற்காகக் காத்திருந்தார். அதை முடித்துக்கொண்டு, அவரையும் சந்தித்துவிட்டு திரும்பினேன். அந்தச் சந்திப்பே அவரை இறுதியாகச் சந்திக்கும் தருணம் என நான் நினைத்துக்கூட பார்க்கவில்லை.

அவரைப்பற்றி புதுவையிலும் திருவாரூரிலும் அடுத்தடுத்து நடைபெற்ற கருத்தரங்குகளில் நான் அவரைப்பற்றி உரையாற்றினேன். குறிப்பிட்ட கால எல்லைக்குள் நிகழ்த்தவேண்டிய உரை என்பதால் சுருக்கமாகவே உரையாற்ற முடிந்தது. விரிவாக யோசித்து என் மனநிறைவுக்காக ஒரு நூலை எழுதவேண்டும் என அப்போது நினைத்துக்கொண்டேன். பயணம் முடிந்து ஊருக்குத் திரும்பிய அன்று என் மனைவி அமுதாவிடம் என் முடிவைப்பற்றி பகிர்ந்துகொண்டபோது உடனடியாக அந்தப் புத்தக வேலையைத் தொடங்கவேண்டும் என்று வலியுறுத்தினாள். பழக்கத்தின் காரணமாக நான் தங்கப்பாவை ஐயா என்று அழைத்தபோதும் அவள் அவரை அப்பா என்றே அழைத்துவந்தாள். எங்கள் இருவருக்கும் திருமணத்தை நடத்திவைத்தவர் அவரே. அவர்மீது அமுதாவுக்கு எப்போதும் மதிப்பும் அன்பும் உண்டு. அதனால் புத்தக வேலையை நான் உடனே தொடங்கவேண்டும் என்று சொல்லத் தொடங்கினாள்.

எழுத்துவேலையைத் தொடங்கும் முன்பாக, தங்கப்பாவின் சில பழைய பாடல்நூல்களை மீண்டும் படித்துவிட விரும்பினேன். என்னிடம் சில தொகுதிகள் மட்டுமே இருந்தன. என்னிடம் இல்லாத தொகுதிகளை செங்கதிரும் மின்னலும் தேடிக் கொடுத்தனர். அவ்விருவருக்கும் என் நன்றி. சற்றும் எதிர்பாராத விதமாக வந்து சேர்ந்த சாகித்ய அகாதெமியின் கடிதம் என் எண்ணத்துக்கு உடனடியாக செயல்வடிவம் கொடுக்கும் விசையை ஊட்டியது. அவர்களுக்கும் என் நன்றி.

அன்புடன்
பாவண்ணன்
paavannan@hotmail.com

## பொருளடக்கம்

| தலைப்பு | பக்கம் |
|---|---|

1. தங்கப்பா : மகத்தான மனிதர் ...... 9
2. தங்கப்பாவின் பாடல் முயற்சிகள் ...... 16
3. புயலும் வெள்ளமும் ...... 22
4. பாடியதும் தேடியதும் ...... 30
5. இயற்கையின் ஆற்றல் ...... 38
6. தங்கப்பாவின் இல்லறவாழ்க்கை ...... 46
7. மொழிபெயர்ப்பின் திசையில் ...... 50
8. தங்கப்பாவின் இயற்கைப்பாடல்கள் – ஓர் இலட்சியக்கனவு ...... 60
9. பொன்செய் உலைக்களம் ...... 71
10. தங்கப்பாவின் பாடல்கள் – துலக்கமும் ஒடுக்கமும் .... 81
11. மழைக்காலமும் குளிர்காலமும் ...... 91
12. தங்கப்பாவின் குழந்தைப்பாடல்கள் ...... 97
13. தங்கப்பாவின் வாழ்வியல் பார்வை ...... 111
14. தங்கப்பாவின் இறுதிக்காலம் ...... 121
15. தங்கப்பாவின் படைப்புகள் ...... 126

## 1. தங்கப்பா : மகத்தான மனிதர்

தமிழில் மிகச்சிறந்த மரபுப்பாவலர் ம.இலெ.தங்கப்பா. வெள்ளமெனப் பொங்கிவரும் உயிரோட்டம் மிக்க அவருடைய பாடல்கள் அனைத்தும் இலக்கண அழகும் கற்பனைத்திறமையும் ஒருசேரப் பொருந்தியவை. இலக்கணம் ஒருபோதும் அவருடைய பாடல்களைக் கட்டுப்படுத்தியதில்லை. தடையாகவும் நின்றதில்லை. மாறாக அழகுபடுத்தி அழைத்துச் செல்லும் அன்புத்தோழியின் நெருக்கத்தோடு அமைந்திருப்பதை அவருடைய பாடல்களை வாசிக்கும் ஒவ்வொருவரும் உணரமுடியும். இருபதாம் நூற்றாண்டில் மரபுப்பாடல்களின் வடிவத்துக்கு பெருமையும் அழகும் சேர்த்த பாரதியார், பாரதிதாசன் கொடிவழியில் வைத்து போற்றத்தக்க மகத்தான பாவலராக தங்கப்பா விளங்கினார்.

பாடல்களை இயற்றுபவராக மட்டுமன்றி, நல்ல தமிழ்ப்பாடல்களை ஆங்கில மொழியில் மொழிபெயர்ப்பவராகவும் செயல்பட்டார் தங்கப்பா. எழுதத் தொடங்கிய காலத்திலிருந்தே தன் படைப்புகளில் ஆர்வம் காட்டியதுபோலவே மொழிபெயர்ப்புகளிலும் ஆர்வத்துடன் ஈடுபட்டு வந்தார். தம் நெஞ்சில் வற்றாது சுரந்துகொண்டிருந்த படைப்பூக்கத்துடன் இரு மொழிகளிலும் தங்கப்பா தொடர்ந்து எழுதி வந்தார். இரு மொழிகளுமே அவருடைய மனத்தின் மொழிகளாக இருந்தன. தொடக்கத்தில் புறநானூறு, அகநானூறு, குறுந்தொகை ஆகிய சங்க காலத்துத் தொகைநூல்களிலிருந்து தமக்குப் பிடித்த பல நல்ல பாடல்களையும் முத்தொள்ளாயிரப் பாடல்களையும் ஆங்கிலத்தில் மொழி பெயர்த்து வெளியிட்டார். பிறகு ஔவையார், வள்ளலார், பாரதியார், பாரதிதாசன் எழுதிய பல பாடல்களைத் தேர்ந்தெடுத்து மொழிபெயர்த்தார்.

கல்லூரிப் பேராசிரியராக பணியாற்றி ஓய்வு பெற்ற பின் தெளிதமிழ் என்னும் இதழில் தங்கப்பா தொடர்ந்து எழுதிவந்தார். எதிர்பாராதவிதமாக அந்த இதழின் ஆசிரியராக இருந்த திருமுருகன் மறைந்துவிட, அவ்விதழுக்கு தங்கப்பாவே ஆசிரியர் பொறுப்பை ஏற்று தம் இறுதிக்காலம் வரை அதைச் சிறப்பாக வெளியிட்டு வந்தார். அவ்விதழ்களில் அவர் எழுதிய முகப்புப்பாடல்களும் ஆசிரியவுரைக் கட்டுரைகளும் சமுதாயத்தில் நிறைந்திருக்கும் தன்னலப் போக்குகளையும் நாடகத்தனங்களையும் நேரிடையாக கண்டிக்கும் குரலில் அமைந்திருந்தன. சொற்களுக்கு சுடும் ஆற்றல் உண்டு என்பதற்கு தங்கப்பாவின் பாடல்களும் கட்டுரைகளும் சிறந்த எடுத்துக்காட்டுகள்.

வாழ்வியல் தொடர்பான தங்கப்பாவின் பார்வை தனித்துவம் வாய்ந்தது. மாந்தர்கள் அனைவரும் அறம்சார்ந்த அன்புவழியில் தன்னலம் கருதாது வாழ்ந்து, இன்பம் துய்ப்பவராக மலரவேண்டும் என்ற எதிர்பார்ப்பும் அவர் நெஞ்சில் நிறைந்திருந்தது. மனமலர்ச்சி இல்லாத

வளர்ச்சியால் இந்த மனிதகுலத்துக்கு ஒரு பயனும் இல்லை என்பது தங்கப்பாவின் உறுதியான நம்பிக்கையாக இருந்தது. வாழ்க்கையை சிறப்பாகவும் சிக்கலற்றும் வாழும் விதத்தைப்பற்றி பல்வேறு கோணங்களிலிருந்து ஆய்வு செய்து தங்கப்பா ஏராளமான கட்டுரைகளை எழுதினார்.

தன் எழுத்துக்கும் வாழ்க்கைக்கும் எவ்விதமான முரணும் இல்லாத வகையில் வாழ்ந்தவர் தங்கப்பா. சாதியையும் சமயத்தையும் பொருட்படுத்தாமல் துறந்துவாழும் நெறியை தங்கப்பா தன் இறுதிமூச்சு வரைக்கும் கடைபிடித்தார். மனிதனாகப் பிறந்த ஒவ்வொருவருக்கும் சமுதாயத்தில் வெளிப்படையாக இயங்கும் சாதி அமைப்புகளைப்பற்றியும் அவற்றின் கொடுமைகளைப்பற்றியும் கண்டித்துப் பேசுவதோடு, தத்தம் எண்ணங்களில் அழுத்தமான கறைபோலப் படிந்துள்ள சாதி மனப்பான்மையிலிருந்து விடுபடுவதும் தலையாய பொறுப்பாகும் என்று தொடர்ச்சியாக தங்கப்பா சுட்டிக் காட்டியபடியே இருந்தார். நமக்கு தீமை பயக்கும் சாதி அமைப்புகளை எதிர்த்து குரல்கொடுப்பதோடு ஒவ்வொருவரும் நமக்கு நலம் விளைவதற்காக நாமே கட்டமைத்து வைத்திருக்கிற நுட்பமான சாதி நோக்குகளிலிருந்து விடுபடுவது மிகமிக முக்கியமாகும்.

குழந்தை இலக்கியத்துக்கு தங்கப்பா ஆற்றியுள்ள பங்கு மிகவும் குறிப்பிடத்தக்கது. குழந்தைகள் நாவில் பழக்கமான சொற்கூட்டத்தை மட்டுமே துணையாகக் கொண்டு இசைத்தன்மையோடு அவர் எழுதிய பாடல்கள் ஏராளம். குழந்தைகளின் எண்ண ஓட்டத்தைக் கணக்கில் எடுத்துக்கொண்டும், தம்மையே குழந்தையாக மாற்றிக்கொண்டும் அவர் எழுதிய பாடல்களைப் படிக்கும்போது, குழந்தைகளுக்கு நடுவில் அவரும் ஒரு குழந்தையாக அமர்ந்திருப்பதைப் போலவோ ஆடிக் கொண்டிருப்பதைப் போலவோ தோன்றுவதை ஒவ்வொருவரும் உணரலாம். இயற்கையாகவே தங்கப்பாவிடம் படிந்திருக்கும் குறும்புகளுக்கும் விளையாட்டுப் பார்வைக்கும் இந்தக் குழந்தைப் பாடல்கள் ஒரு வடிகாலாக அமைந்திருக்கின்றன. அக்குழந்தைப் பாடல்களை தங்கப்பா தன் கண்முன்னால் விளையாடும் குழந்தையையோ சிரிக்கும் குழந்தையையோ பார்ப்பதால் உருவான பரவசத்தால் எழுதினார் என்று சொல்வதைக் காட்டிலும், ஒவ்வொரு கணமும் தனக்குள் இருக்கும் குழந்தைமனம் அடைந்த பரவசத்தால் எழுதினார் என்று சொல்வதே பொருத்தமாக இருக்கும்.

திருநெல்வேலி மாவட்டத்தில் தென்காசிக்கு அருகில் கீழப்பாவூருக்கும் மேலப்பாவூருக்கும் இடையில் குறும்பலாப்பேரி என்னும் சிற்றூரில் 08.03.1934இல் தங்கப்பா பிறந்தார். அவர் தந்தையார் பெயர் ஆ.மதன பாண்டியன். அருப்புக்கோட்டையிலும் விருதுநகர் சத்திரிய

வித்யா சாலையிலும் தமிழாசிரியராக அவர் பணிபுரிந்தார். தாயாரின் பெயர் ம.இரத்தினமணி அம்மாள். அக்குடும்பத்தில் தங்கப்பாவே மூத்த பிள்ளை. மதன பாண்டியன் பொதுவுடைமைக்கொள்கையில் மிகுந்த ஈடுபாடு கொண்டவர். அதனால் தன் மகனுக்கு அவர் இலெனின் தங்கப்பா என்று பெயர் சூட்டினார். தங்கப்பாவுக்குப் பிறகு பிறந்த ஆண்குழந்தைக்கு ஜான் விக்ளிப் என்ற பெயரையும் பெண்குழந்தைக்கு வஸ்தி ராணி என்ற பெயரையும் சூட்டினார். அப்பெயர்களும் வரலாற்று மாந்தர்களின் பெயர்களே.

குறும்பலாப்பேரியிலேயே இருந்த தொடக்கப்பள்ளியில் தங்கப்பா படிக்கத் தொடங்கினார். அப்பள்ளிக்கூடத்தை திருநெல்வேலி மறைமாவட்ட ஆசிரியர் சங்கம் நடத்தி வந்தது. சிறு வயதிலிருந்தே தங்கப்பா கல்வியில் மிகுந்த ஆர்வம் கொண்டிருந்தார். பாடங்களைப் புரிந்துகொள்வதில் அவருக்கிருந்த ஆர்வத்தையும் வேகத்தையும் பார்த்த அப்பள்ளித் தலைமையாசிரியர் தங்கப்பா மூன்றாம் வகுப்புக்குரிய இறுதித்தேர்வை எழுதி முடித்ததும் அவரை நேரிடையாக ஐந்தாம் வகுப்புக்கு தேர்ச்சி பெறச் செய்தார்.

தொடக்கப்பள்ளியில் படிக்கும் காலத்திலேயே, தங்கப்பாவின் தந்தையார் தன் மகனுக்கு ஓய்வுப்பொழுதுகளில் இராமாயணக் கதைகளையும் பாரதக்கதைகளையும் தொடர்ச்சியாக ஆர்வமூட்டும் வகையில் சொல்வதைப் பழக்கமாகக் கொண்டிருந்தார். தங்கப்பாவின் கதை கேட்கும் ஆர்வத்தைப் பார்த்த பிறகு அக்கதைகளுக்குரிய பாடல்களை கம்பராமாயணத்திலிருந்தும் வில்லிபாரதத்திலிருந்தும் எடுத்து பதம் பிரித்து மனத்தில் சொற்கள் பதியும்வண்ணம் அழகாக படித்துக் காட்டினார். இதனால் அவருக்கு அப்பாடல்கள் சில நாட்களிலேயே மனப்பாடமாகின. தங்கப்பாவுக்கு பாடல்கள் மீது ஆர்வம் பிறப்பதற்கு, சிறுவயதில் அவருக்குக் கிடைத்த இப்பயிற்சியே முதன்மையான காரணம். தங்கப்பாவுக்கு பாடல்கள் மீது நாட்டம் பிறந்திருப்பதைக் கண்ட அவர் தந்தையார் விவேக சிந்தாமணிப் பாடல்களையும் தனிப்பாடல் திரட்டுப் பாடல்களையும் சொல்லிக்கொடுக்கத் தொடங்கினார். தினந்தோறும் பொழுதுபோக்காக நடைபெற்ற இந்தக் கதை கூறல் பயிற்சி தங்கப்பாவின் நெஞ்சில் உருவான இலக்கிய வேட்கைக்கு தொடக்கப்புள்ளியாக அமைந்தது.

ஆறாம் வகுப்பு முதல் எட்டாம் வகுப்பு வரை கீழப்பாவூரில் உள்ள ஏ.வி.பள்ளியில் தங்கப்பா படித்தார். பிறகு கோபால சமுத்திரம் என்னும் ஊரில் இருந்த பள்ளியில் ஒன்பதாம் வகுப்பு முதல் பதினொன்றாம் வகுப்பு வரை படித்தார். நல்வாய்ப்பாக, அவருடைய தந்தையாரே அந்த உயர்நிலைப்பள்ளியில் தமிழாசிரியராக இருந்தார். அந்தக் காலத்தில் பேச்சுமொழியிலும் எழுத்துமொழியிலும்

ஒவ்வொருவரும் தம்மையறியாமல் சமஸ்கிருதச் சொற்களைக் கலந்து பயன்படுத்துவதைப் பழக்கமாக வைத்திருந்தார்கள். தமிழாசிரியரான மதன பாண்டியன் அப்பழக்கத்தை மாற்றி ஒவ்வொரு சமஸ்கிருதச் சொல்லுக்கும் இணையான தமிழ்ச்சொல்லை மாணவர்களுக்கு அறிமுகப்படுத்தி பயன்படுத்துமாறு செய்தார். மாணவர்கள் உள்ளத்தில் மொழிசார்ந்த விழிப்புணர்வும் ஊக்கமும் உருவாக இப்பயிற்சி உறுதுணையாக இருந்தது. அந்த வகுப்பு மாணவர்களில் ஒருவராக இருந்த தங்கப்பாவின் இளநெஞ்சில் தேர்ந்தெடுத்த நல்ல தமிழ்ச்சொற்களைப் பயன்படுத்தும் ஆர்வம் இயல்பாகவே அரும்பியது.

1950இல் பள்ளியிறுதித் தேர்வில் வெற்றி பெற்று தூய யோவான் கல்லூரியில் இன்டர்மீடியட் என்னும் இடைநிலை வகுப்பில் சேர்ந்து படித்தார். சென்னைப் பல்கலைக்கழகத்தில் இடைநிலை வகுப்பில் தமிழ்ப்பாடத்தில் முதல் மதிப்பெண் பெற்று 1952இல் இடைநிலை வகுப்பில் தேர்ச்சி பெற்றார். பிறகு அதே கல்லூரியில் பொருளியல், வரலாறு, அரசியல் ஆகிய பாடங்களை சிறப்புப்பாடங்களாகக் கொண்டு இளநிலை பட்டப்படிப்பில் சேர்ந்து படிக்கத் தொடங்கினார். கல்லூரிப்பருவத்தில் சிறப்புப்பாடங்களைவிட தங்கப்பாவின் மனத்தை தமிழ்ப்பாடமும் ஆங்கிலப்பாடமும் மிகுதியாக ஆட்கொண்டன. பள்ளிப்பருவத்தில் தன் தந்தையார் வழியாக அவருக்குக் கிடைத்த இலக்கிய அறிமுகம், அவரை மேலும் விசையோடு இலக்கியத்தின்பால் செலுத்தியது. அப்போது நூலகம் வழியாக அறிமுகமான பாரதிதாசன் பாடல்களால் மன எழுச்சியும் படைப்பூக்கமும் கொண்ட தங்கப்பா சின்னச்சின்ன பாடல்களை தாமாகவே எழுதத் தொடங்கினார்.

தமிழிலக்கியத்திலும் ஆங்கில இலக்கியத்திலும் இளமைக்காலத்திலேயே ஆழ்ந்த பயிற்சி பெற்றார் தங்கப்பா. கல்லூரி நூலகத்திலிருந்து மில்டன், வேர்ட்ஸ்வொர்த், டென்னிசன், ஷெல்லி, பைரன், கீட்ஸ் போன்ற ஆங்கிலப் பாவலர்களின் பாடல் தொகுதிகளைத் தேடியெடுத்துப் படிக்கத் தொடங்கினார். புனைகதை எழுத்தாளர்களான சார்லஸ் டிக்கன்ஸ், மார்க் ட்வைன், ஆஸ்கார் வைல்க்ட், டி.எச்.லாரன்ஸ், சோமர்செட் மாம் போன்றோரின் படைப்புகளையும் ஆர்வத்துடன் படித்தார். ஆங்கில மொழிபெயர்ப்பில் படிப்பதற்குக் கிடைத்த விக்டர் ஹியூகோ, மாப்பசான், பால்சாக், இப்சன், தல்ஸ்தோய், செகாவ் போன்ற ஐரோப்பிய, உருசிய எழுத்தாளர்களின் படைப்புகளையும் தேடிப் படித்தார். தனக்குக் கிட்டிய ஓய்வுப்பொழுதுகளை முழுக்க முழுக்க வாசிப்பதிலேயே செலவிட்டார். பெர்ட்ரான்ட் ரசல், தோரோ, எமர்சன் போன்ற மெய்யியலாளரின் வாழ்வியல் நூல்களையும் ஆழ்ந்து படித்தார். இடைவிடாத வாசிப்பு தங்கப்பாவுக்கு நல்ல மொழிப்பயிற்சியாக அமைந்தது. 1954இல் அவர் பட்டம் பெற்றபோது, மீண்டும் சென்னைப் பல்கலைக்கழகத்தில் தமிழ்ப்பாடத்தில் முதல் மதிப்பெண் பெற்றார்.

அதனால் அப்போது அப்பகுதியில் இயங்கி வந்த தட்சினமாற நாடார் சங்கம் அவருக்கு தங்கப்பதக்கம் அளித்துப் பாராட்டியது.

பட்டப்படிப்பை முடித்ததுமே, தங்கப்பாவுக்கு பாளையங் கோட்டையைச் சேர்ந்த தூய யோவான் உயர்நிலைப்பள்ளியில் பயிற்சி பெறாத ஆசிரியராக ஓராண்டுக் காலம் பணிபுரியும் வாய்ப்பு கிடைத்தது. அப்போது அவர் மனம் பாரதியார் பாடல்களில் மூழ்கியிருந்தது. குயில்பாட்டு, கண்ணன் பாட்டு, பாஞ்சாலி சபதம் அனைத்தும் அவருடைய நெஞ்சைக் கவர்ந்தன. தேர்ச்சி பெற்ற நடனப்பெண் எவ்விதமான முயற்சியுமின்றி உடலை பல கோணங்களில் வளைத்து ஈர்ப்புடன் நடனமாடுவதுபோல பாரதியாரின் பாடல்களில் சொற்களனைத்தும் இசைத்தன்மைக்கும் கருத்தோட்டத்துக்கும் நெகிழ்வுத்தன்மையோடு வளைந்துகொடுத்து செல்லும் போக்கினைக் கண்டு தங்கப்பா தன் மனத்தைப் பறிகொடுத்தார்.

பாளையங்கோட்டை பள்ளியில் பணிபுரிந்ததைத் தொடர்ந்து, ஓராண்டுக் காலத்துக்கு பரமக்குடி அரசர் சேதுபதி அரசு உயர்நிலைப் பள்ளியில் ஆசிரியராகப் பணிபுரியும் வாய்ப்பு கிடைத்தது. தொடர்ந்து வாய்ப்புகள் கிடைத்தபோதும், முறையான பயிற்சியை முடித்து தகுதி பெறுவது நல்லது என்று கருதி, 1956இல் சைதாப்பேட்டையில் இயங்கி வந்த ஆசிரியர் பயிற்சிக் கல்லூரியில் ஆசிரியர் பயிற்சியைப் பெற்று தேர்ச்சியடைந்தார்.

அதையடுத்து, உடனடியாக தங்கப்பாவுக்கு சென்னைக்கு அருகில் உள்ள திருநின்றவூரில் தாசர் உயர்நிலைப்பள்ளியில் பட்டதாரி ஆசிரியராக பணிபுரியும் வாய்ப்பு கிடைத்தது. இரண்டாண்டு காலம் அப்பள்ளியில் தொடர்ச்சியாக அவர் வேலை செய்தார். 1959இல் தங்கப்பாவுக்கு புதுவை அரசின் உயர்நிலைப்பள்ளி ஆசிரியர் பணி கிடைத்தது. புதுச்சேரி மாநிலத்தில் காரைக்காலுக்கு அருகிலுள்ள திருமலைராயன் பட்டினத்தில் உள்ள பள்ளியில் அவர் வேலையில் இணைந்தார். அங்கு இரண்டாண்டு காலம் பணிபுரிந்த பிறகு புதுவையைச் சேர்ந்த புராணசிங்கப்பாளையம் பள்ளிக்கு மாற்றல் கிடைத்தது. ஏறத்தாழ பத்தாண்டுக் காலம் தங்கப்பா அந்தப் பள்ளியில் பணிபுரிந்தார். போதுமான ஆண்டு கால ஆசிரிய அனுபவத்துக்குப் பிறகு தங்கப்பா தனித்தேர்வராக தமிழில் முதுகலைப் படிப்பைப் படித்துத் தேர்வெழுதி உயர் மதிப்பெண்களோடு தேறி பட்டம் பெற்றார். ஏற்கனவே தமிழ்ப்பாடத்தில் தங்கப்பதக்கம் பெறும் அளவுக்கு அவர் பெற்றிருந்த ஆழ்ந்த பயிற்சி, அக்கணத்தில் அவருக்கு மிகவும் உதவியது.

முதுகலைப் பட்டதாரியான பிறகு 1968இல் தங்கப்பாவுக்கு புதுவையைச் சேர்ந்த தாகூர் கலைக்கல்லூரியில் விரிவுரையாளராகப் பணிபுரியும் வாய்ப்பு கிடைத்தது. இருபதாண்டு காலம் ஒரே கல்லூரியில்

பணிபுரிந்ததால் அவர் காரைக்காலில் உள்ள காரைக்காலில் உள்ள அறிஞர் அண்ணா கலைக்கல்லூரிக்கு மாற்றப்பட்டார். நான்காண்டு காலம் அங்கே பணிபுரிந்த பிறகு, அவருக்கு மீண்டும் புதுவையில் உள்ள பாரதிதாசன் மகளிர் கல்லூரியில் பணிபுரியும் வாய்ப்பு கிடைத்தது. மூன்றாண்டு காலம் அக்கல்லூரியில் பணிபுரிந்த பிறகு 1994இல் ஓய்வு பெற்றார்.

ஏறத்தாழ நாற்பதாண்டு கால ஆசிரியர் பணியில் மாணவ மாணவிகளுக்கு பாடமெடுப்பவராக மட்டுமன்றி அவர்களோடு உரையாடி, தோழமை கொண்டு, அவர்களுடைய எண்ணங்களைப் பண்படுத்தி மேம்படுத்தும் பண்பாளராகவும் தங்கப்பா விளங்கினார். இந்த நாற்பதாண்டு கால இடைவெளியில்தான் அவருடைய மிகச்சிறந்த படைப்புகள் அனைத்தும் வெளிவந்தன.

தங்கப்பா இயற்கையழகில் திளைப்பவர். வகுப்பறையில் பாடமெடுக்கும் ஆசிரியராக மட்டும் தன்னைச் சுருக்கிக் கொள்ளாமல் தம்மிடம் பயிலும் மாணவர்களுக்கும் இயற்கையின் மீது ஆர்வத்தை உருவாக்க இடைவிடாமல் முயற்சி செய்தார். வகுப்பறையைக் கடந்து மாணவர்களை அழைத்துக்கொண்டு நகரத்துக்கு அருகில் இருக்கும் இயற்கைசூழ் இடங்களையும் ஆற்றங்கரைகளையும் கோட்டைகளையும் ஏரிகளையும் பார்க்கவைத்தார். இயற்கையில் தோயும் அனுபவம் எத்தகையது என்பதை தானாகவே உணர்ந்துகொள்ளும் வாய்ப்பை ஒவ்வொருவருக்கும் உருவாக்கியளித்தார்.

இயற்கைக்காட்சிகள் முதலில் கண்ணுக்கு விருந்தாகின்றன. மெல்ல மெல்ல அக்காட்சிகளின் நுட்பங்களைப்பற்றிய தெளிவு நமக்கு உருவாகின்றது. பலவித செடிகள். பலவித மரங்கள். பலவித கொடிகள். பூக்கள், பிஞ்சுகள். காய்கள். கனிகள். அவற்றைச் சுற்றிச்சுற்றி வரும் பலவகையான பூச்சியினங்கள். பறவையினங்கள். சிறுசிறு விலங்கினங்கள். பன்மைத்தன்மையால் விளைந்திருக்கும் அழகுதான் இயற்கை. ஒன்றிலிருந்து மற்றொன்றை பிரிக்கவும் முடியாது, விலக்கி வைக்கவும் முடியாது. அனைத்துமே ஒன்றையொன்று சார்ந்தது. சார்ந்திருப்பதே அதன் வாழ்க்கையின் சாரம். இயற்கையை நோக்க நோக்க, அது நமக்கு உணர்த்தும் உண்மைகள் ஏராளம்.

இயற்கையைச் சார்ந்து, நம் வாழ்க்கையை எளிய வழியில் வடிவமைத்துக்கொண்டால், ஒருவித சிக்கலும் வரப் போவதில்லை. ஆனால் மனிதனின் தன்முனைப்பு அதற்கு இடம்கொடுப்பதில்லை. மனிதனுக்கு தன் தேவைகளை நிறைவு செய்துகொள்வதற்காக வாழ்வது மட்டும் போதவில்லை. அவன் தனக்கு அருகிலிருக்கும் மற்றொருவனோடு தன்னை ஒப்பிட்டு அவனைவிட தன்னை மேலாக

இருத்திக்கொள்ளும் முனைப்பில் வேகம் கொள்கிறான். அந்த எண்ணமே அவனை வீழ்ச்சியின் பள்ளத்தில் தள்ளிவிடுகிறது. சரிவிலிருந்து மீள்வதற்கு மனித குலத்துக்கு இருக்கும் ஒரே வழி, தன் வாழ்க்கையை இயற்கை சார்ந்து மறுபடியும் நேர்ப்படுத்திக்கொள்வது மட்டுமே.

இயற்கையை உற்றுநோக்கும் ஒவ்வொரு மாணவருடைய நெஞ்சிலும் தங்கப்பாவின் சொற்கள் ஆழமாகப் பதிந்து வேர்விட்டு வளர்ச்சிபெறத் தொடங்கும். உடனடியாகப் புரிந்துகொள்ள முடியா விடினும் ஆழ்நெஞ்சில் விழுந்த விதைகளென நீண்ட காலம் பதிந்திருந்து என்றேனும் ஒருநாள் முளைக்கத் தொடங்கலாம். நாற்பதாண்டு கால ஆசிரியர் வாழ்வில் தங்கப்பா இயற்கையையும் மானுடத்தையும் நேசிப்பவர்களாக எண்ணற்றோரை உருவாக்கியிருக்கினார்.

\*\*\*

## 2. தங்கப்பாவின் பாடல் முயற்சிகள்

பள்ளிப்பருவத்தில் தொடங்கிய தங்கப்பாவின் தமிழார்வம் நாளுக்கு நாள் வளர்ந்து பெருகியது. பல இலக்கியப் படைப்புகளை அவரே தேடிப் படிக்கத் தொடங்கினார். பட்டப்படிப்புக்காக அவர் கல்லூரியில் சேர்ந்த காலத்தில் அவருடைய ஆர்வம் பல மடங்காக வளர்ந்து செழித்தது. அதன் விளைவாக, சொந்தமாக பாடல் புனையும் முயற்சியில் ஈடுபடத் தொடங்கினார். தன் கற்பனையாற்றலாலும் மொழிப்பயிற்சியாலும் மிக விரைவாகவே அவருக்கு பாப்புனையும் ஆற்றல் கைவந்த கலையானது. அகவற்பா வடிவமும் அறுசீர் விருத்தமும் எண்சீர் விருத்தமும் அவருக்கு எளிதாக கைவந்தன. அவருடைய வேகமான எண்ண ஓட்டத்துக்கு இத்தகைய பாடல் வடிவங்கள் மிகவும் இசைவாக இருந்தன.

விடுதியில் அவருடன் படித்துவந்த மாணவர்களே அவருடைய பாடல்களைக் கேட்டுச் சுவைக்கும் முதன்மை ஆர்வலர்களாக இருந்தனர். பல தருணங்களில் அவர்களே 'வானத்தைப்பற்றி ஒரு பாட்டெழுது', 'மலையைப்பற்றி ஒரு பாட்டெழுது' என்று தூண்டித்தூண்டி தங்கப்பாவை எழுத வைத்தனர். தங்கப்பாவும் தன் நண்பர்களின் ஆசையை நிறைவேற்றும் விதமாக கற்பனை நயத்துடன் எண்ணற்ற பாடல்களை எழுதிப் படித்துக் காட்டி மகிழ்ச்சியூட்டினார். அக்காலத்தில் சமூகத்தில் நிலவும் ஏற்றத்தாழ்வு தொடர்பான செய்திகளைப் படிக்க நேர்ந்தபோதும் காதால் கேட்கும்போதும் உருவான மனக்குமுறலுக்கு, தங்கப்பா தன் பாடல்களையே தனக்குரிய வடிகாலாக அமைத்துக்கொண்டார். தன்னலம் கொண்ட மனிதர்களையும் பலருக்கு கொடுமை புரிந்து தன்னை உயர்த்திக்கொள்ளும் மனிதர்களையும் வாழ்வதற்கே தகுதியற்றவர்களாக தங்கப்பாவின் இளமனம் கருதியது. அவர்களை மக்கள் மன்றத்தின் முன்னால் அடையாளப்படுத்தும் விதமாக சீற்றம் கொண்ட பல்வேறு பாடல்களைப் புனைந்து தன் நட்பு வட்டத்தினருக்குப் படித்துக் காட்டி பகிர்ந்துகொண்டார். கல்லூரிப் பருவத்தில் தங்கப்பா எண்ணற்ற பாடல்களை எழுதிய போதிலும், அவற்றை அவர் எந்த இதழுக்கும் அனுப்ப முயற்சி செய்யவில்லை. வெளியிட வேண்டும் என்ற விருப்பமும் அவருக்குள் அரும்பவில்லை. ஒரு பாவலராக தன் தகுதியை மேம்படுத்திக்கொள்ள வேண்டும் என்னும் விருப்பம் மட்டுமே அவரை ஒவ்வொரு நாளும் செயல்படத் தூண்டியது. ஒரு பாடலை எழுதி முடித்ததுமே, அவர் மனம் அடுத்த பாடலுக்கான கருவையும் வடிவத்தையும் தேடியடையும் முயற்சியை நோக்கித் தாவிவிடும். ஒன்றை முடித்து மற்றொன்று, அதையும் முடித்து இன்னொன்று என அவர் எழுதி எழுதிக் கடந்து போய்க்கொண்டே இருந்தார்.

1954இல் பட்டப்படிப்பை முடித்ததுமே தங்கப்பாவுக்கு பாளையங் கோட்டை பள்ளியில் பயிற்சி பெறாத ஆசிரியராகப் பணியாற்றும் வாய்ப்பு கிடைத்தது. அவருடைய தமிழார்வம் வளர அந்தப் பள்ளியின் சூழல் நல்லதொரு களமாக அமைந்தது. அந்தப் பள்ளியின் ஆசிரியர்கள் தமக்குள் பல வார, மாத இதழ்களையும் இலக்கிய இதழ்களையும் வரவழைத்து ஓய்வறையில் அமர்ந்து படிப்பதையும் அவற்றில் வெளிவரும் படைப்புகளையொட்டி தம் கருத்துகளைப் பரிமாறிக் கொள்வதையும் ஒரு வழக்கமாக வைத்திருந்தார்கள். அவர்கள் உரையாடுவதைக் காதுகொடுத்துக் கேட்கும் ஒரு பார்வையாளராக மட்டுமே தொடக்கத்தில் தங்கப்பா இருந்தார். பிறகு அந்த இதழ்களையெல்லாம் ஒவ்வொன்றாகப் படித்துவிட்டு, அவர்களுடைய கலந்துரையாடலில் அவரும் படிப்படியாகக் கலந்துகொள்ளத் தொடங்கினார். வழக்கமான பாராட்டுரையாகவோ, ஒதுக்கிவைக்கும் இகழ்ச்சியுரையாகவோ இல்லாமல், நடுநிலையில் புதிய கோணத்தில் தங்கப்பா வெளிப்படுத்திய கருத்துகளை அந்த ஆசிரியர்கள் மிகவும் ஆர்வத்துடன் கேட்டனர். அத்தகு உரையாடல்களைத் தொடர்ந்து அவர்களுக்கு தங்கப்பாவைப்பற்றிய மதிப்பு பெருகியது. அதற்குப் பிறகு ஆசிரியர்கள் அனைவரும் புதிதாக எந்தப் பாடலையோ, கதையையோ படித்தாலும் அதைப்பற்றி தங்கப்பாவின் கருத்து என்ன என்று தெரிந்துகொள்வதில் அவர்கள் ஆர்வம் காட்டினர். தங்கப்பாவுடைய பார்வைக்கோணம் அவர்களுக்கு புதிய அளவுகோலாக அமைந்தது.

தங்கப்பா பாடல் புனையும் ஆற்றல் உள்ளவர் என்பதை அவர்கள் மிகவும் குறுகிய காலத்திலேயே புரிந்துகொண்டனர். தங்கப்பா எழுதி வைத்திருந்த பாடல்களைப் பெற்று ஆர்வத்துடன் படித்து மகிழ்ந்தனர். தங்கப்பாவுடன் படித்த கல்லூரி விடுதி மாணவர்களைப்போலவே அந்த ஆசிரியர்களும் பல்வேறு தலைப்புகளை ஒட்டி தங்கப்பாவை பாடலெழுதத் தூண்டினர். அவர் எழுதிக் கொடுக்கும் ஒவ்வொரு பாட்டிலும் புதுமையான முறையில் பயன்படுத்தப் பட்டிருக்கும் உவமைகளையும் அழகான சொற்சேர்க்கைகளையும் மனமாரப் பாராட்டி நெருக்கமுடன் பழகினர். தங்கப்பாவின் வருகைக்குப் பிறகு ஓய்வறைப் பேச்சு மெல்ல மெல்ல இலக்கிய உரையாடலாக மாறத் தொடங்கியது.

அக்காலத்தில் திரைப்படப் பாடலாசிரியராக இருந்த கண்ணதாசன் தென்றல் என்னும் பெயரில் ஓர் இதழை வெளியிட்டுவந்தார். பாளையங் கோட்டை பள்ளியாசிரியர்கள் வரவழைத்துப் படித்த இதழ்களில் அதுவும் ஒன்று. ஒருமுறை தென்றல் இதழ் ஒரு வெண்பாப்போட்டியைப் பற்றிய ஓர் அறிவிப்பை வெளியிட்டிருந்தது. அந்த விளம்பரத்தை தங்கப்பாவிடம் சுட்டிக் காட்டிய ஆசிரியரொருவர், அப்போட்டிக்கு அவரையும் ஒரு வெண்பாவை எழுதி அனுப்புமாறு கேட்டுக்கொண்டார். பொதுவாகவே எந்தப் போட்டியின் மீதும் தங்கப்பாவுக்கு ஆர்வம் இருந்ததில்லை

என்பதால், "வேண்டாமே" என்று புன்னகையுடன் சொல்லி மறுத்தார். நண்பரோ விடாது வற்புறுத்தியபடி இருந்தார். இறுதியாக நண்பருடைய கோரிக்கைக்கு அவர் இணங்கினார். அகவற்பாக்களிலும் விருத்தப்பாக்களிலும் வல்லவரான தங்கப்பா அதுவரை வெண்பா வகையில் முயற்சி செய்ததில்லை. அதனால் அதன் வடிவ நுட்பங்களை ஆசிரியர் குழுவில் ஒருவரான தங்கையா நாடார் என்பவரிடம் விரிவாக கேட்டுத் தெரிந்துகொண்டார்.

மறுநாளே புதியதொரு வெண்பாவை எழுதிவந்து ஓய்வறையில் ஆசிரியர்களுக்குப் படித்துக் காட்டினார் தங்கப்பா. வெண்பாவின் இனிமையான சொற்கட்டும் அழகான மொழியோட்டமும் அவர்களுக்கு மிகவும் பிடித்துவிட்டது. அந்த வெண்பா எழுதியிருந்த தாளை ஒவ்வொருவரும் தன் கையில் வாங்கி வாய்விட்டுப் படித்து மகிழ்ந்தனர். அன்று மாலையே அஞ்சல் வழியாக அப்பாடலை தென்றல் இதழுக்கு அனுப்பிவைத்தனர். அடுத்த மாத தென்றல் இதழ் வந்ததுமே, அனைவரும் ஆர்வத்துடன் பக்கங்களைப் புரட்டி வெண்பாப்பக்கத்தைத் தேடியெடுத்து தங்கப்பாவின் வெண்பாவைத் தேடத் தொடங்கினர். போட்டியில் வெளியீட்டுக்குரியதாகத் தேர்ந்தெடுக்கப்பட்டிருந்த வெண்பாக்களில் தங்கப்பா எழுதிய வெண்பாவும் இருந்தது. அதைப் பார்த்ததுமே அங்கிருந்த ஆசிரியர்கள் அனைவரும் தன் பாடலையே அச்சில் கண்டதுபோல மகிழ்ந்து, தங்கப்பாவைப் பாராட்டினர்.

அந்தப் போட்டியைத் தொடர்ந்து ஆசிரியர்கள் தங்கப்பாவிடம் மீண்டும் மீண்டும் பல பாடல்களை வாங்கி அனுப்பி, அவையனைத்தும் தென்றலில் வெளிவருவதைக் கண்டு மகிழ்ந்தனர். தங்கப்பா தன் பெயரில் மட்டுமன்றி, தன் நண்பர்கள் பெயரிலும் பல பாடல்களை எழுதியனுப்ப, அவையனைத்தும் அடுத்தடுத்த மாதங்களில் வெளியாகி அனைவரையும் மகிழ்ச்சிக்கடலில் ஆழ்த்தியது.

ஒருமுறை நூலகத்தில் பாரதியார் எழுதிய குயில்பாட்டு புத்தகத்தை எடுத்துச் சென்று படித்தார் தங்கப்பா. ஏற்கனவே படித்த கண்ணன் பாட்டுக்கும் பாஞ்சாலி சபதத்துக்கும் தங்கப்பா தன் நெஞ்சைப் பறிகொடுத்திருந்தார். பாரதியாரின் பாடல்களில் தன்னியல்பாக படிந்திருக்கும் இசைத்தன்மையும் மொழியழகும் அவருடைய கவனத்தை ஈர்த்து வியப்பில் ஆழ்த்தின. அவற்றின் தொடர்ச்சியாக படிப்பதற்குக் கிடைத்த குயில்பாட்டு அவரை பாட்டுவெள்ளத்தில் மூழ்கவைத்துவிட்டது.

குயில்பாட்டு முழுக்க முழுக்க ஒரு கனவுப்பாட்டு. கனவுபோலவே அப்பாடல் இனிமையானது. சொல்லச்சொல்ல, சொல்லிக்கொண்டே இருக்கவேண்டும் என்றும், கேட்கக்கேட்க கேட்டுக்கொண்டே இருக்கவேண்டும் என்றும் நினைக்க வைப்பது. படிக்கப்படிக்க

அச்சொற்கள் உருவாக்கும் மயக்கம் பெருகியபடி இருந்ததே தவிர ஒருபோதும் குறையவில்லை என்பதை தங்கப்பா தாமதமாகவே உணர்ந்தார்.

குயில்பாட்டில் இரண்டு தளங்கள் செயல்படுவதை தங்கப்பா எளிதாக உணர்ந்துகொண்டார். ஒரு தளத்தில் குயில் உரைக்கும் கதைகளும் பாவலனின் காதலும் ஏக்கமும் ஏமாற்றமும் தவிப்பும் புலம்பலும் அடங்கியிருக்கின்றன. உண்மையைப்போலவே நிகழும் எல்லா நிகழ்ச்சிகளும் கனவாகவும் அல்லது கனவுக்குள் நிகழும் கனவாகவும் ஒருவித மயக்கநிலையில் விவரிக்கப்படுகின்றன. உண்மையும் கனவும் பின்னிப் பிணைந்த நிலையில் உள்ளன. பாடலின் ஒவ்வொரு வரியும் மன எழுச்சியூட்டும் வகையில் அமைந்திருப்பதை தங்கப்பா விரும்பிப் படித்தார். அதே சமயத்தில் கதையின் போக்கில் தானாகவே விரிந்தெழும் வேதாந்தத்தளம் அவரை அவ்வளவாக ஈர்க்கவில்லை. அந்த மெய்ப்பொருளே தன் விழைவென பாரதியார் எங்கும் தன் பாடலில் குறிப்பிடவில்லை. கனவென விரிந்துசெல்லும் காட்சிகளில் அந்த எண்ணம் எங்கும் வெளிப்படவும் இல்லை. ஆயினும் பாரதியாரை முன்வைத்து மேடைகளில் உரையாற்றும் திறனாய்வாளர்கள், அந்தக் கனவுக்காட்சிகளின் சொல்லாட்சிக்கும் அழகுக்கும் கொடுக்கும் அழுத்தத்தைவிட, வெளிப்படையாக சுட்டாத ஒரு கருத்துக்கு கூடுதல் அழுத்தம் கொடுத்து, அந்தப் புள்ளியை நோக்கி பாரதியாரைக் கொண்டு சென்று நிறுத்தும் முயற்சியைப் பார்க்கும்போதெல்லாம் தங்கப்பா மனம் வருந்தினார். பாவலனின் கனவை நோக்கி தம் கற்பனையால் எட்டித் தொடவேண்டிய ஒரு வாசகன், தன் கண்ணுக்குத் தட்டுப்பட்ட ஒரு புள்ளியை நோக்கி பாவலனை அழைத்துவந்து நிற்கச் செய்வதை அவருடைய இளம்மனம் ஏற்கவில்லை.

ஒருநாள் எதிர்பாராத ஒரு கணத்தில் மன எழுச்சி கொண்டு ஓர் ஆந்தையை பேசும் பறவையாக உருவகித்து ஒரு நீண்ட பாடலை வேகமாக எழுதத் தொடங்கிவிட்டார் தங்கப்பா. அவருக்குள் ஊறியிருந்த சீர்திருத்த வேட்கையும் போலித்தனங்களை அம்பலப்படுத்தும் வேகமும் பாடல்களாகப் பொங்கின. தான் பேச நினைப்பதையெல்லாம் பாடல் பெருக்கில் ஆந்தை வழியாக உரைக்கவைத்தார். "எங்கள் பறவை இனத்தில், விலங்கினத்தில் உங்கள் அடிமைநிலை உண்டா, விளம்பிடுவாய். ஏழை, பணியாள், இரப்போன், கொடுங்கள்வன், கீழாம் நிலையிவற்றைக் கேட்டதுண்டோ எம்மினத்தில்? எங்கள் உலகில் எளியார் வலியார்முன் தங்கள் உரிமையற்று தாள்தாங்கி வாழ்தலில்லை, பல்லோர் உழைப்பைப் பறித்துச் சிலர்வாழும் பொல்லாக் கொடுமையெலாம் புள்ளினத்தில் கேட்டதில்லை' என்று தம் பறவையினத்தின் பெருமையைச் சுட்டிக்காட்டும் தருணத்தை, மனிதர்களின் பொய்முகத்தை அம்பலப்படுத்துவதற்கான வாய்ப்பாக தங்கப்பா பயன்படுத்திக்கொண்டார்.

சமுதாய அவலங்களைச் சுட்டிக் காட்டி விழிதிறந்து பார்க்கும்படி மனிதகுலத்தை அழைக்கிறது ஆந்தை. அதன் குரலில் பரிவும் கனிவும் சீற்றமும் அழுத்திக் கூறி நிறுவும் வேகமும் மாறிமாறி வெளிப்படுகின்றன.

பாவலருக்கும் ஆந்தைக்கும் நிகழும் உரையாடல் பகுதிகளில் கருத்தாழம் மிகுந்திருக்கிறது. இரவில் விழித்திருக்கும் ஆந்தை, இரவுப்பொழுதுகளையே தம் கீழ்மைச் செயல்களுக்கு உரிய நேரமென வகுத்துக்கொண்டு எள்ளளவும் வெட்கமும் கூச்சமும் இன்றி இயங்கும் மனிதர்களை மிக எளிதாகக் கண்டுபிடித்து சிறிதும் தயக்கமின்றி அம்பலப்படுத்துகிறது. ஆந்தையால் சொல்லி முடிக்கமுடியவில்லை. அந்த அளவுக்கு மனிதகுலம் புரிந்த கொடுஞ்செயல்களை நேருக்கு நேர் பார்த்ததாகச் சொல்லி தன் மனக்குமுறலை வெளிப்படுத்துகிறது. இறுதியில் "அஞ்சாத கொள்ளையும் ஆர்வமிகு சூதாட்டும் விஞ்சு கொலைத்தொழிலும் வெய்ய பழிதீர்ப்பும் கண்ணேரில் கண்டுள்ளேன், காணாத எத்தனையோ? எண்ணி உளம்நடுங்கும், என்ன உலகடமா?" என்று கசந்த புன்னகையோடு உரையாடலை முடிவுக்குக் கொண்டு வருகிறது. பிறகு "எந்தமரப் பொந்தோ, இருட்குகையோ? உள்ளடங்கும் நெஞ்சச் சிறையோ? நிலையறியேன், நீரேனும் நன்மை விளையுமென நம்பிப் பணிபுரிக" என்று இறுதிச்சொல் உரைத்துவிட்டு பறந்து செல்கிறது. கனவு கலைந்தெழுந்த பாவலன் தான் அதுவரை கண்டதும் கேட்டதும் கனவென உணர்ந்துகொள்கிறான். "நான் கண்ட இக்கனவும் நாட்கள் பலவாயென் ஊன்கொன்று உணர்வுகொன்று உள்ளுக்குள் மூண்டெழுந்த நெஞ்சத் தழலின் நிழலென்றுரைப்பேனா, பிஞ்சு மனத்தின் பிதற்றலென கொள்வேனா?" என்று தனக்குத்தானே கேட்டபடி எழுந்து நிற்கிறான்.

1955இல் ஏறத்தாழ ஆயிரம் வரிகளில் தங்கப்பா இந்தக் குறும்பாவியத்தை எழுதினார். நண்பர்களுக்குள் இது படிக்கப்பட்டதே தவிர இப்பாவியத்துக்கு தங்கப்பா நூல்வடிவம் கொடுக்க முயற்சி செய்யவே இல்லை. ஏறத்தாழ பதினெட்டு ஆண்டுகளுக்குப் பிறகு 1983இல்தான் இது முதன்முதலாக நூல்வடிவம் பெற்றது.

பாடல், கட்டுரை என எதை எழுதினாலும், அதை ஒரு வெளிச்சத்தைத் தேடிக் கண்டடையும் முயற்சியாகவோ அல்லது ஒரு பரவசத்தைப் பகிர்ந்துகொள்ளும் முயற்சியாகவோ மட்டுமே தங்கப்பா கருதினார். மாயத்தன்மை மிக்க அப்படைப்புக்கணத்துக்கு சொல்வடிவம் கொடுத்து அழகுசெய்வதில் அவர் மனம் ஒவ்வொரு நாளும் முனைந்தது. அக்கணத்தை எழுதி முடித்ததுமே, அதைக் கடந்து சென்றுவிடும் இயல்பு அவரிடம் இயற்கையாகவே இருந்தது.

எழுதிய பாடலையோ, கட்டுரையையோ ஏதேனும் ஓர் இதழுக்கு அனுப்பி அதை வெளியிடவேண்டும் என்ற வேட்கை ஒருபோதும்

தங்கப்பாவிடம் இருந்ததில்லை. யாரேனும் அவரிடமிருந்து பெற்றுச் சென்று வெளியிட்டால், அதை அவர் தடுப்பதுமில்லை. அவரைப் பொறுத்தவரை, பாடல்கள் உருப்பெறும் கணங்களை மனம் கண்டடைந்தபடி இருக்கவேண்டும், சொற்களால் அந்தக் கணத்துக்கு உயிரூட்ட வேண்டும், ஒரு பாடல் என்பது உயிர்த்தன்மை மிக்க ஓவியமாக இருக்கவேண்டும் போன்ற எண்ணங்களில் மட்டுமே அவர் கருத்தைச் செலுத்தினார். ஒருபோதும் குன்றாத படைப்பூக்கத்துடன் நடமாடுவதிலும் அழகான சொற்சேர்க்கையோடும் புதுப்புது தாளக்கட்டோடும் பாடல்களை எழுதுவதிலும் பாட்டின்பத்தில் திளைப்பதிலும் மட்டுமே தங்கப்பா நாட்டம் கொண்டிருந்தார். அவர் தன் வாழ்க்கையையே பாட்டு வாழ்க்கையாக அமைத்துக்கொண்டார்.

***

## 3. புயலும் வெள்ளமும்

தங்கப்பா தன் இளமைப்பருவத்தின் ஒரு பகுதியை ஆங்கிலேயர் ஆட்சிக்காலத்திலும் மற்றொரு பகுதியை விடுதலை பெற்ற இந்தியாவின் ஆட்சிக்காலத்திலும் கழித்தவர். மக்கள் இருவேறு காலகட்டங்களிலும் வறுமையாலும் வாய்ப்பின்மையாலும் துன்பத்தில் தவித்தனர். மாற்றங்கள் மெல்ல மெல்லவே நம் சமூகத்தில் நிகழ்ந்தன. அது நிகழும்வரை கல்வி வாய்ப்புகளும் வேலைவாய்ப்புகளும் அனைவருக்கும் எட்டாக் கனியாகவே இருந்தன. இன்னொருபுறம் சாதி சார்ந்த பார்வைகளும் போக்குகளும் மக்களை இணையவிடாத தடுப்புச்சுவர்களாக நின்றிருந்தன. தன் தந்தையின் வழியே இயல்பாகவே நல்லிணக்கப்பார்வையும் கருணையுள்ளமும் வாய்க்கப்பெற்ற தங்கப்பா சமூகத்தில் நிலவும் அவலச்சூழலைக் கண்டு மனம் பொங்கியவராக இருந்தார். சமூக ஏற்றத் தாழ்வுகள் விலகி, எல்லோருடைய வாழ்விலும் வெளிச்சம் பரவவேண்டும் என்னும் விருப்பமும் கனவும் அவர் நெஞ்சில் நிறைந்திருந்தன. எவ்வித வேறுபாடும் கருதாது, அனைவரோடும் அன்போடு கலந்து பேசும் பண்பு அவருடைய இயல்பிலேயே இருந்தது.

அப்போது அவர் எழுதிய பாடல்கள் அனைத்திலும் அந்தத் துயரமும் மனச்சுமையும் சீற்றமும் எள்ளலும் நிறைந்திருந்தன. ஆசிரியர் ஓய்வறையில் அவருக்குக் கிடைத்த நண்பர்கள் அனைவரும் அவரைவிட வயதில் மூத்தவர்கள். ஆயினும் அவருடைய பாடல்களில் படிந்திருந்த பாட்டுணர்வு அவர்களைக் காந்தம் போல ஈர்த்தது. அவர் தினந்தோறும் எழுதிவந்து காட்டும் பாடல்களை அவர்கள் வாய்விட்டுப் படிப்பதும், அவற்றை முன்வைத்து விவாதிப்பதும் வழக்கமானது. இந்தக் கலந்துரையாடலின் விளைவாக வயது வேறுபாட்டைக் கடந்து அவர்களிடையே நல்ல நெருக்கம் உருவானது. ஆசிரியர்களை மட்டுமன்றி, மாணவர்களையும் கவர்ந்த ஆசிரியராக தங்கப்பா விளங்கினார். பாளையங்கோட்டை பள்ளியில் பணிபுரிவதற்குக் கிடைத்த ஓராண்டுக் காலம் முடிவடைந்தபோது, அனைவரும் தங்கப்பாவின் பாட்டுச்சுவையில் தோய்ந்தவர்களாக மாறினர்.

பாளையங்கோட்டை பள்ளியில் பணிபுரியக் கிடைத்த வாய்ப்பு முடிவடைந்த தருணத்தில் தங்கப்பாவுக்கு 1955இல் பரமக்குடியில் அரசர் சேதுபதி அரசு உயர்நிலைப்பள்ளியில் ஓராண்டு காலம் பணிபுரியும் வாய்ப்பு கிடைத்தது. பரமக்குடி வைகை ஆற்றங்கரையோரத்தில் அமைந்திருக்கும் அழகான ஊர். பள்ளியில் இணைந்ததும் தங்குவதற்கு எங்காவது இடம் கிடைக்குமாவென, அப்பள்ளியில் பணிபுரிந்துவந்த மற்ற ஆசிரியர்களிடம் தங்கப்பா விசாரித்தார். அச்சமயத்தில் ஒரு பெரிய வீட்டை வாடகைக்கு எடுத்து ஐந்தாறு ஆசிரியர்கள் ஒன்றிணைந்து ஒன்றாகத் தங்கியிருந்தனர். அவர்கள் தங்கப்பாவிடம் புதிய இடம் தேடிச்

செல்லவேண்டாம் என்றும் தம்மோடு வந்து தங்கிக்கொள்ளலாம் என்றும் தெரிவித்தனர். தங்கப்பாவும் அவர்கள் சொல்லுக்கு இசைந்து அந்த வீட்டிலேயே ஓர் அறையில் தங்கிக்கொண்டார்.

ஒன்றிரண்டு நாட்களிலேயே பரமக்குடி ஆசிரியர்களுக்கும் தங்கப்பாவுக்கும் இடையில் நல்ல நட்பு மலர்ந்தது. தங்கப்பா வகுப்பில் வரலாற்றைக் கற்பிக்கும் ஆசிரியர் என்று மட்டுமே அவர்கள் நினைத்திருந்தார்கள். அவர் பாட்டெழுதக்கூடியவர், தமிழிலக்கியத்தில் ஈடுபாடுள்ளவர் என்னும் கோணத்தில் அந்த ஆசிரியர்கள் நினைத்துப் பார்க்கவே இல்லை. ஆனால் அதையெல்லாம் கடந்து, வயதில் மூத்த அவர்கள் தங்கப்பாவிடம் அன்போடு நடந்துகொண்டனர்.

ஆசிரியர்களுடைய உரையாடலில் அம்பிகாபதி என்னும் பெயர் அடிக்கடி வந்து சென்றதைக் கவனித்த தங்கப்பா ஒரு நாள் அவர் யார் என ஒருவரிடம் கேட்டார். அவர் அந்தப் பள்ளியில் பணிபுரியும் தமிழாசிரியர் என்றும் பாட்டெழுதும் திறமை உள்ளவர் என்றும் இலக்கியம், அரசியல், சமூகம் என பல செய்திகளைத் தொட்டு பேசும் ஆற்றல் உள்ளவர் என்றும் எடுத்துரைத்தனர். அம்பிகாபதி ஏதோ ஒரு பயிற்சிக்காக வெளியூருக்குச் சென்றிருக்கிறார் என்றும் அவரிடம் பேசினால் பொழுதுபோவதே தெரியாது என்றும் பாராட்டுணர்வோடு பகிர்ந்துகொண்டனர். அப்படிப்பட்டவரைப் பார்த்துப் பேச தங்கப்பாவும் ஆவல் பெருகியது. பயிற்சி முடித்து அவர் திரும்பும் நாளுக்காக அனைவரும் காத்திருந்தனர்.

எதிர்பாராத விதமாக, அப்போது தென்மாவட்டங்களில் பெரும்புயல் வீசியது. உச்சக்கட்ட வேகத்தோடு வீசிய சூறாவளிக்காற்றின் முன் பரமக்குடியே நிலைகுலைந்து சரிந்தது. ஏராளமான குடிசைக் கூரைகள் தூக்கிவீசப்பட்டு காற்றில் பறந்தன. மரங்கள் வேரோடு முறிந்து விழுந்தன. சில மணி நேரங்களில் புயலோடு மழையும் சேர்ந்துகொண்டு தாண்டவமாடியது. ஒரே நாளில் பரமக்குடி வெள்ளத்தில் மிதக்கத் தொடங்கியது. குடிசைப்பகுதிகள் நீருக்குள் அமிழ்ந்து காணாமற்போயின. அதுவரை உறுதி வாய்ந்ததென அனைவரும் நம்பிக்கொண்டிருந்த வைகைப்பாலம் வெள்ளத்தின் வேகத்துக்கு ஈடுகொடுக்க முடியாமல் சரிந்து விழுந்த்து. பத்து நாட்களாக தொடர்ச்சியாக பொழிந்த மழையும் வீசிய புயற்காற்றும் பரமக்குடியையே சிதைத்து சின்னாபின்னமாக்கி விட்டது.

பள்ளிக்கும் செல்ல முடியாமல், ஊருக்குள் சென்று நடமாடவும் முடியாமல் வீட்டிலேயே அடைந்து கிடந்த ஆசிரியர்கள் பேச்சோடு பேச்சாக மழையைப் பார்த்ததும் தம் நண்பர் அம்பிகாபதியை மீண்டும் நினைத்துக்கொண்டனர். ஒருவர் மட்டும் வாய்விட்டு வெளிப்படையாகவே

"ஆகா, இந்த நேரத்தில் நம் அம்பிகாபதி இல்லாமல் போய்விட்டாரே. அவர் இங்கிருந்தால் இந்தப் புயலைப்பற்றி ஒரு பெரிய பரணியே பாடியிருப்பார்" என்று பாராட்டுணர்வோடு பேசிக்கொண்டனர். அந்த உரையாடலைக் கேட்டுக்கொண்டிருந்த தங்கப்பா தம் நண்பர்களின் உள்ளக்கிடக்கையை உணர்ந்துகொண்டார்.

பரணி என்னும் சொல் தங்கப்பாவை அக்கணமே மிகவும் ஈர்த்தது. அவருடைய நெஞ்சில் ஓர் எழுச்சியை உருவாக்கியது. பரணி என்பது போரில் ஆயிரம் யானைகளை வென்ற வீரனைப் பாடும் சிற்றிலக்கிய வகைப்பாடல் ஆகும். கலிங்கத்துப்பரணிதான் தமிழில் முதன்முதலாக எழுதப்பட்ட பரணி. அப்பாடல்களில் தங்கப்பாவுக்கு ஏற்கனவே நல்ல தேர்ச்சியிருந்தது. கலிங்கத்துப் பரணி என்பது முதலாம் குலோத்துங்கச் சோழன் கலிங்கப்போரில் பெற்ற வெற்றியைக் குறித்து ஜெயங்கொண்டார் பாடிய பாடல்களின் தொகுதியாகும். தன் தந்தையாரே அப்பாடல்களை சொல்சொல்லாகப் பிரித்து, பாடிக் காட்டி பொருளுரைத்ததெல்லாம் தங்கப்பாவின் நினைவில் எழுந்தது. அவையனைத்தும் ஒருசேர அவருடைய மனத்தில் பொங்கியெழ "அம்பிகாபதிக்குத்தான் பரணி பாட வருமோ, என்னாலும் பரணி பாட இயலும்" என்று தனக்குள்ளாகவே சொல்லிக்கொண்டார். அக்கணமே புதிய பாடலுக்கேற்ற களமும் பின்னணியும் அவர் நெஞ்சில் காட்சிகளாக விரிந்தன. நெஞ்சில் படைப்புக்கணம் முகிழ்த்துமே, அதனால் ஊக்கம் பெற்று வேகவேகமாக இயங்கும் இயல்பின் காரணமாக, தங்கப்பா அன்றே அந்தப் பரணியை எழுதும் முயற்சியில் இறங்கினார். கலிங்கத்துப்பரணியின் யாப்பு வடிவங்களையும் ஓசை நயங்களையும் பின்பற்றி, தன் நெஞ்சில் பதிந்திருந்த காட்சிகளுக்கு பாடல் வடிவம் கொடுக்கத் தொடங்கினார்.

பத்து நாட்களாக இடைவிடாமல் பொழிந்த மழையும் வீசிய புயலும் தான் அனைத்துக்கும் தொடக்கப்புள்ளி. அதனால் அந்தப் புயலையே களமாக வைத்துக்கொண்டார் தங்கப்பா. கலிங்கத்துப்பரணியில் போரிலிருந்து வெற்றி பெற்று வந்து வாசலில் நிற்கும் தலைவன் மீது ஊடலுற்ற தலைவி வீட்டுக்குள் இருந்தபடியே கதவைத் திறக்க மறுக்கிறாள். வெவ்வேறு விதமான கோரிக்கைகளுடன் தலைவனும் புலவர்களும் அவளிடம் மீண்டும் மீண்டும் கதவைத் திறக்கும்படி மன்றாடுகிறார்கள். பழைய அனுபவங்களை நினைவுபடுத்தி கெஞ்சிக் கேட்கிறார்கள்.

அக்காட்சியை வேறொரு விதத்தில் தன் பரணியில் கட்டமைத்தார் தங்கப்பா. காற்றுக்கும் மழைக்கும் அஞ்சி நடுங்கி கதவை அடைத்துக்கொண்டு வீட்டுக்குள் முடங்கியிருக்கின்றனர் ஏழை மகளிர். துயர்நிறைந்த அக்காலத்திலும் பொருள் வேண்டி வெளியே சென்ற ஆடவர் வீட்டுக்குத் திரும்பி "புயல் ஓய்ந்தது, கதவைத் திறப்பீர்களாக"

என்று வேண்டுவதுபோல ஒவ்வொரு பாடலையும் தங்கப்பா எழுதினார். கலிங்கத்துப்பரணியின் கடைதிறப்புப் பாடல்கள் பெண்களின் உடலழகையும் காதல் வாழ்க்கையின் நுட்பத்தையும் சுவையோடு எடுத்துரைக்கின்றன. ஆனால் தங்கப்பாவின் கடைதிறப்புப் பாடல்கள் வறுமையிலும் மழைக்கொடுமையிலும் வீட்டுக்குள் அடைந்துகிடக்கும் பெண்களின் துன்பங்களையும் தொல்லைகளையும் அடுக்கடுக்காக எடுத்துரைக்கின்றன.

ஒரு வேகத்தில் ஒரே இரவில் கடைதிறப்பு பாடல்களனைத்தையும் ஒருசேர எழுதி முடித்தார் தங்கப்பா. மொத்தம் முப்பத்தாறு பாடல்கள். பொழுது விடிந்ததும் எழுந்துவந்த மூத்த ஆசிரியரிடம் அப்பாடல்களைக் கொடுத்து படிக்கும்படி கேட்டுக்கொண்டார். அவர்தான் முதல்நாள் உரையாடலின்போது பரணி பற்றிய பேச்சைத் தொடங்கியவர். இளைஞரொருவர் எழுதிய பாடல்கள் என்ற எண்ணத்தில் அவர் கொடுத்த தாட்களை வாங்கி அப்பாடல்களை மேலோட்டமாகவே படிக்கத் தொடங்கினார். ஆனால் “வாடிய மலரெனும் உலர்முகம் வறளுறு சருகெனும் மெல்லுடல் ஓடிய ஒளிகுறை குழிவிழி உவகைஇல் உளநலீர், திறமினோ” என்னும் முதல் பாட்டின் வரிகளைப் படித்ததுமே அவர் மெய்சிலிர்த்துவிட்டார். தங்கப்பாவை ஒருமுறை ஏறிட்டுப் பார்த்த பிறகு அதே பாடலை மீண்டும் கவனமுடன் வாய்விட்டுப் படித்தார்.

அவர் குரல்கேட்டு மற்ற அறைகளில் தங்கியிருந்த பிற ஆசிரியர்களும் ஒவ்வொருவராக எழுந்துவந்து குழுமினர். கையில் தாளை ஏந்தி வாய்விட்டு ஓசையுடன் படிக்கும் ஆசிரியரின் கோலத்தைப் பார்த்து வியப்போடு “என்ன செய்தி, என்ன செய்தி?” என்று கேட்டவண்ணம் நெருங்கிவந்து சூழ்ந்துகொண்டனர். ஒவ்வொருவரும் அந்தத் தாளின் பக்கம் பார்வையைத் திருப்பி அதில் எழுதப்பட்டிருந்த பாடலைப் படிக்கத் தொடங்கினர். மக்களின் ஏழ்மை, வறுமை, நலிவு, இயலாமை அனைத்தையும் அந்த ஒரே பாடலில் சித்தரிக்கப்பட்டிருப்பதைப் பார்த்து அவர்கள் மகிழ்ச்சிகொண்டு தங்கப்பாவை வாழ்த்தினர். ”நீங்க பாவலரா, சொல்லவே இல்லையே”, “அழகா இருக்குது, ஒவ்வொரு சொல்லும் அருமை, இலக்கணம் தெரியுமா உங்களுக்கு?”, “பாக்கறதுக்கு ஏதோ சாதாரணமான ஆள்மாதிரி இருக்கிறீங்க, பாட்டுல புயலடிக்குது” என்றெல்லாம் மனமாரப் பாராட்டி ஊக்கமூட்டினர். அந்த இடத்திலேயே வட்டமாக அமர்ந்துகொண்டு ஒவ்வொருவரும் ஒவ்வொரு பாட்டைப் படித்தனர்.

ஒருவர் “மெலிவுடல் அசைவுற அசைவுற மென்பதம் கிடுகிடு கிடுவென நலிவதன் உருஎன உருஎன நடைதளர்பவர் கடை திறமினோ” என்ற பாடலைப் படித்துவிட்டு அதையே நாலைந்துமுறை மீண்டும் மீண்டும் படித்து மகிழ்ந்தார். மற்றொருவர் “ஆம்பி பூத்த அடுப்பதனில் அயர்ந்து

பூனை துயில்புரிய கூம்பும் வயிற்றொடு உம்சிறுவர் கூடத் துயிலும் கடைதிறவீர்" என்ற பாடலைப் படித்ததுமே கைதட்டி ஓசையெழுப்பி "பாட்டுன்னா இது பாட்டு" என்று மகிழ்ச்சியில் துள்ளினார். எல்லாப் பாடல்களையும் அமைதியாகவும் வரிசையாகவும் படித்துக்கொண்டு வந்த மூத்த ஆசிரியர் இறுதியாக பெருமூச்சு விட்டபடி ஒரு பாடலை மட்டும் வாய்விட்டுப் படித்தார். "மாலையில் கொழுநர் வாயில் அடைதலுமே வருநலம் எய்தும் எனும் மகிழ்வில் விரைய அவர் 'வேலை இலை' எனவே மொழிதலும் முத்துதிரும் விழிகள் இரண்டுடையீர், வெறும் கடைகள் திறமின்" என்று படித்துவிட்டு தன் விழியோரம் கசிந்து ஊறிய கண்ணீர்த்துளிகளை விரலால் தொட்டெடுத்து உதறியபடி தங்கப்பாவை நோக்கி "உண்மையிலேயே இது புதிய பரணி தங்கப்பா. பரமக்குடி புயல் தந்த பரணி. படிக்கப் படிக்க நெஞ்சே அடைச்சிப்போகுது. கடைதிறப்போடு நிறுத்திடாதீங்க தங்கப்பா, தொடர்ந்து ஒரு காவியமா எழுதி முடிச்சிடுங்க" என்று சொன்னபடி பாடல் எழுதிய தாள்களை தங்கப்பாவிடம் திருப்பியளித்தார்.

ஒருவாறாக புயல் ஓய்ந்து பரமக்குடி இயல்புவாழ்க்கைக்குத் திரும்பியது. பயிற்சிக்குச் சென்றிருந்த தமிழாசிரியர் அம்பிகாபதியும் திரும்பி வந்துவிட்டார். அவர் வந்ததுமே, ஆசிரியர்கள் அனைவரும் கூடி இளைய ஆசிரியரான தங்கப்பா எழுதியிருந்த பரணிப்பாடல்களை படித்துக் காட்டினர். பாடல்களின் தாளக்கட்டையும் சித்தரிப்பையும் பார்த்து அம்பிகாபதியும் மகிழ்ச்சியோடு அவரை மிகவும் பாராட்டினார். தொடர்ந்து மற்ற பகுதிகளையும் எழுதி புயற்பரணியை முடிக்கும்படி கேட்டுக்கொண்டார்.

அனைவருடைய கோரிக்கையையும் தொடர்ந்து, பரணியை மேற்கொண்டு எப்படி எழுதுவது என்ற எண்ணங்களில் சில நாட்கள் மூழ்கிக் கிடந்தார் தங்கப்பா. புயலும் பொதுமக்களின் துன்பமுமே அப்பரணியின் மையப்புள்ளி என்பதால், அதைச்சுற்றியே எல்லாப் பகுதிகளும் அமையவேண்டும் என அவர் மனம் முடிவெடுத்தது. ஊரைப்பற்றி ஒரு பகுதி. புயலைப்பற்றி இன்னொரு தனிப்பகுதி. புயலால் ஏற்பட்ட இழப்புகளை முன்வைக்கும் மற்றொரு பகுதி. கடைதிறப்பைத் தொடர்ந்து இப்படி மூன்று தனித்தனி பகுதிகளை எழுதுவது பொருத்தமாக இருக்கும் என அவர் கருதினார்.

ஊரைப்பற்றிய பகுதியில் புயலுக்கு முன்பு பரமக்குடி கொண்டிருந்த அழகும் வளமும் ஊர்நடுவே பாய்ந்தோடும் வைகை ஆற்றின் எழிலும் இடம்பெறும் வகையில் எழுதி முடித்தார். ஆனால் அதை எழுதி முடித்த பிறகும் அவர் மனம் நிறைவடையவில்லை. சில நாட்கள் கழித்து அதன் தொடர்ச்சியாக அந்நகரின் கடைத்தெருவைப் பற்றியும் அவர் பணியாற்றிய உயர்நிலைப்பள்ளியைப் பற்றியும் ஊரைச்

சுற்றி பல பகுதிகளில் வசதியின்றி வாழ நேர்ந்த ஏழை எளிய மக்களைப் பற்றியும் எழுதிச் சேர்த்து முழுமை செய்த பிறகே அவர் மனம் நிறைவுற்றது.

புயலைப்பற்றிய பகுதியை அவர் உள்ளார்ந்த வேகத்தோடு ஒரே அமர்வில் எழுதி முடித்தார். இடைவிடாத புயலிலும் மழையிலும் சிக்கி ஊர்மக்கள் பட்ட பாடுகளை நேருறக் கண்ட துயரம் அவர் மனக்கண்ணின் முன்னால் நிழலாடி அவரை எழுதத் தூண்டியது. புயலின் சீற்றத்தையும் வெள்ளப்பெருக்கையும் அதன் வேகத்துக்கு ஈடுகொடுக்க முடியாமல் தகர்ந்து விழுந்த ஆற்றுப்பாலத்தையும் வீடிழந்து ஒதுங்க இடமின்றி அல்லற்பட்ட ஏழை மக்கள் அடைந்த துன்பத்தையும் பொலிவிழந்து சீர்குலைந்த நகரத்தின் தோற்றத்தையும் எழுதி அப்பகுதியை முடித்தார்.

புயலால் ஏற்பட்ட சீரழிவுகளைத் தொகுத்துக் கூறும் பகுதியாக இறுதிப்பகுதியாக வைத்துக்கொண்டார் தங்கப்பா. சூறாவளிக்காற்றில் ஊரெங்கும் சாலையோரங்களில் நின்றிருந்த நூற்றுக்கணக்கான மரங்கள் வேரோடு சாய்ந்துவிட்டன. சாலைப்போக்குவரத்து முற்றிலும் துண்டிக்கப் பட்டுவிட்டது. வீடிழந்தவர் பலர். உடைமைகளை இழந்தவர் பலர். கால்நடைகளைப் பறிகொடுத்தவர்கள் பலர். உண்ண உணவும் தங்க இடமும் இன்றி மக்கள் ஒவ்வொரு நாளும் தவியாய்த் தவித்தனர். மக்கள் அடைக்கலம் தேடி ஊருக்கு நடுவில் நின்றிருந்த தொடர்வண்டி நிலையத்தை நோக்கி அனைவரும் ஓடினர். பசியோடு இருந்தாலும் உயிரோடு இருந்தால் போதுமென்று அதன் கூரையின் கீழே நின்று இரவையும் பகலையும் கழித்தனர். ஊரைச் சுற்றியலைந்த போது தான் கண்ணால் கண்ட காட்சிகளையே பரணியின் இறுதிப்பகுதியாக எழுதி முடித்தார்.

பழைய பரணியின் உள்ளடக்கத்துக்கு முற்றிலும் மாறுபட்ட உள்ளடக்கத்தைக் கொண்ட புதிய பரணிக்கு தங்கப்பா முதலில் கிரணி என்றே தலைப்பிட்டார். எல்லாப் பகுதிகளையும் படியெடுத்து ஒழுங்கு செய்துகொண்டிருந்தபோது, வழக்கமாக எல்லா நூல்களிலும் காணப்படும் கடவுள் வாழ்த்துப்பாடலைப்போல தானும் ஒரு பாட்டை எழுதி இணைக்க வேண்டும் என்று அவருக்குத் தோன்றியது. கடவுளால் கைவிடப்பட்டு மக்கள் அடைந்த துயரமே அவர் நெஞ்சில் நிறைந்திருந்ததால் அக்காரணத்துக்காகவே கடவுளை இகழவேண்டும் என்ற எண்ணமே மேலோங்கியது. 'இரந்தும் உயிர்வாழ்தல் வேண்டின் பரந்து கெடுக இவ்வுலகியற்றியான்' என எழுதிய வள்ளுவன் வழியில் நின்று இந்த உலகைத் துன்பமயமாக்கிய இறைவன் வீழ்க என்னும் பொருளில் பத்து பாடல்களை உடனடியாக எழுதி கடவுள் வீழ்த்து என்னும் பெயரில் ஒரு பகுதியை எழுதி, அதையே முதல் பகுதியாக அமைத்தார்.

கிரணியின் கையெழுத்துப்படியை அவருடைய ஆசிரிய நண்பர்கள் அனைவரும் படித்துப் பாராட்டினர். ஒவ்வொரு நாளும் இரவு உணவுக்குப் பிறகு, ஒரு பகுதியைப் படித்து அதில் அடங்கியிருக்கும் பாடல்களின் மொழியழகையும் நடையழகையும் மெச்சிப் பேசுவது வழக்கமானது. இதுபோன்ற உரையாடல்கள் பல நாட்கள் தொடர்ந்து நீடித்தன. விரைவில் அந்தப் பாடல்களுக்கு நூல்வடிவம் கொடுக்க வேண்டும் என்று அனைவரும் தங்கப்பாவிடம் கேட்டுக்கொண்டனர். நூலாக்கம் பெறும் தருணத்தில் அவர் எங்கிருந்தாலும் தமக்கு ஒரு படியை அனுப்பிவைக்கவேண்டும் என்று சிலர் அன்பாக வேண்டுகோள் விடுத்தனர். அவர்கள் முன்னிலையில் 'சரிசரி' என்று தலையசைத்து புன்னகையுடன் ஒத்துக்கொண்டாலும் தங்கப்பா தனக்கே உரிய வழக்கப்படி, பாடல்களை எழுதி முடித்ததுமே, அதிலிருந்து அவர் மனம் விலகி விட்டது.

பரமக்குடி பள்ளியில் அனுமதிக்கப்பட்ட வேலைக்காலம் முடிவடைந்ததும் தங்கப்பா ஆசிரியர் பயிற்சிக்காக சென்னைக்குச் சென்றார். பிறகு ஆசிரியராக பல பள்ளிகளில் பணிபுரிந்தார். அதைத் தொடர்ந்து புதுவை அரசின் கீழ் இயங்கும் கலைக்கல்லூரிகளில் மாறிமாறிப் பணிபுரிந்து ஓய்வடைந்தார். அதுவரைக்கும் கூட பரணிப் பாடல்களின் தொகுதி அவருடைய புத்தகத்தாங்கியில் புத்தகங்களிடையில் கையெழுத்துப்படியாவே மறைந்திருந்தது. தற்செயலாக அதை எடுத்துப் படித்துப் பார்த்த அவருடைய நண்பர்களும் மனைவியும் பிள்ளைகளும் அதை நூலாக்க வேண்டும் என முயற்சியெடுத்தனர்.

நாற்பதாண்டுகளுக்குப் பிறகு அப்போதுதான் அக்கையெழுத்துப் படியை மீண்டும் கையிலெடுத்துப் பார்த்தார் தங்கப்பா. இளமைக்காலத்து பரமக்குடி பள்ளியனுபவமும் வெள்ளத்தின் தாக்கமும் அவர் நினைவு களில் மோதிச் சென்றன. பாடல்களில் திருத்தமெதுவும் தேவையில்லை என்றபோதும், முழுமையடையாத தன்மையொன்றை அவர் உணர்ந்தார். இரவெல்லாம் அதைப்பற்றிய எண்ணங்களிலேயே மூழ்கியிருந்தபோது அவர் ஒரு வழியைக் கண்டடைந்தார். புயலால் அடைந்த சேதங்களையும் மக்கள் அடைந்த இன்னல்களையும் சித்தரிக்கும் பகுதியை அடுத்து மற்றொரு புதிய பகுதியை எழுதி இணைப்பதே அந்த வழி.

ஊர்மக்கள் பலர் ஒன்றிணைந்து சொல்லொணா இழப்பையும் துயரத்தையும் சந்தித்த மக்களுக்கு உணவும் உடைகளும் போர்வைகளையும் கொடுத்து உதவியதையும், சொந்தமாக பொருளீட்டிக் கொள்ளும் வகையில் புதிய வேலைவாய்ப்புகளை உருவாக்கிக் கொடுத்து உதவியதையும் நேருக்கு நேர் பார்த்த நினைவுகள் தங்கப்பாவின் நெஞ்சில் மோதின. அவருடைய பள்ளியில் பணிபுரிந்த ஆசிரியர்கள் அனைவரும் அவரோடு இணைந்து அந்த மாதத்தில்

வாங்கிய சம்பளத்தில் ஒரு பகுதியை ஒதுக்கி வெள்ளத்தால் பாதிக்கப்பட்ட பகுதியிலிருந்து வரும் மாணவர்களுக்கு துணிமணிகளையும் புதிய புத்தகங்களையும் சுவடிகளையும் பைகளையும் வாங்கி அளித்த நினைவும் சேர்ந்துகொண்டது. அந்த எண்ணம் உருவான சில நாட்களிலேயே கொடை பாடியது என்னும் தலைப்பில் புதியதொரு பகுதியையும் எழுதிச் சேர்த்து பரணிப்பாடல்களுக்கு இறுதிவடிவம் கொடுத்தார். இளமைத் துடுக்கில் அந்தப் புத்தகத்துக்கு அவர் சூட்டிய 'கிரணி' என்னும் பெயரையும் மாற்றி 'புயற்பாட்டு' என்று புதிய தலைப்பைச் சூட்டினார். அதற்குப் பிறகும் இரண்டாண்டுகள் தங்கப்பாவுடைய எழுத்து மேசையிலேயே கையெழுத்துப்படியாகவே கிடந்தது. 1955இல் எழுதி முடித்த பாடல் ஒருவழியாக 2000இல் நூல்வடிவம் பெற்று வெளிவந்தது.

***

## 4. பாடியதும் தேடியதும்

சென்னையில் ஆசிரியர் பயிற்சிக்கல்லூரியில் படித்து பட்டம் பெற்றதும் 1957இல் திருநின்றவூரில் தாசர்புரம் என்ற கிறித்துவக் குடியிருப்பில் நடைபெற்று வந்த தாசர் உயர்நிலைப்பள்ளியில் ஆசிரியர் பணியில் இணைந்தார் தங்கப்பா. இங்கு அவர் மாணவர்களுக்கு ஆங்கில மொழியைக் கற்பிக்கும் ஆசிரியராக இருந்தார். மொழிப்பாடப் பயிற்சியோடு மாணவர்களுக்கு தாய்மொழியாகிய தமிழிலும் ஆர்வம் ஏற்படும் வண்ணம் ஏராளமான தமிழிலக்கியச் செய்திகளையும் தமிழக வரலாற்றுச் செய்திகளையும் எடுத்துரைத்தார். அந்த முயற்சியால் மாணவர்களிடையில் அவரைப்பற்றிய மதிப்பு உயர்ந்தது. பாடங்களைப்பற்றி மட்டுமன்றி, எந்த ஐயத்தையும் தங்கப்பாவிடம் கேட்டுத் தெளிவடையலாம் என்ற நம்பிக்கை மாணவர்களிடம் நிலவத் தொடங்கியது. அவர்களோடு நெருங்கி உரையாடும் தருணங்களில் இயற்கை இன்பத்தில் தோய்ந்திருப்பதன் மகிழ்ச்சியையும் வேறுபாடுகளை உதறி அனைவரோடும் நல்லுறவைப் பேணி வாழ்வதன் மகத்துவத்தையும் எளிதில் புரிந்துகொள்ளும் வண்ணம் தங்கப்பா தொடர்ச்சியாக மாணவர்களுக்கு எடுத்துரைத்து வந்தார்.

தங்கப்பா தன் கல்லூரிக்காலத்தில் ஹென்றி தோரோ எழுதிய ‘வால்டன்’ என்னும் புத்தகத்தை தற்செயலாக நூலகத்திலிருந்து எடுத்துப் படித்தார். வால்டன் என்னும் குளத்தருகில் ஒரு குடிலைக் கட்டிக்கொண்டு ஓர் இயற்கை நோக்கராக இரண்டு ஆண்டுகள் கழித்தவர் தோரோ. அந்த அனுபவங்களையே அவர் அப்புத்தகத்தில் எழுதியிருந்தார். ஆழ்ந்து அக்கறையோடு பயிலும் மாணவனைப்போல தம்மைச் சுற்றியிருக்கும் செடிகள், பூக்கள், மரங்கள், பூச்சிகள், விலங்குகள், பறவைகள் எல்லாவற்றையும் கவனித்த தருணங்களையெல்லாம் தோரா அந்தப் புத்தகத்தில் உயிர்ப்புடன் சித்தரித்திருந்தார். காட்டில் வாழும் ஒவ்வொரு உயிரும் ஒவ்வொரு விதமான அழகான வாழ்க்கையை வாழ்வதையும் அவ்வுயிர்கள் அனைத்தையும் தம் நெஞ்சிலும் மடியிலும் ஏந்தியிருக்கும் காடு தாய்மையின் அழகோடு பொலிவதையும் கண்டுணர்ந்த பரவசத்தை அழகான மொழியில் பதிவு செய்திருந்தார். நூலைப் படித்து முடித்ததும் காடும், உயிர்களும் அழகானவை மட்டுமல்ல, மானுட குலத்துக்கு இணக்கவாழ்வின் பன்மைத்தன்மையை உணர்த்தும் மாபெரும் ஆசிரியர்கள் என்பதையே தான் கண்டறிந்த உண்மை என எடுத்துரைக்கும் தோரோவின் கூற்றை மீண்டும் மீண்டும் தங்கப்பாவின் மனம் அசைபோட்டது. தோரோவைப்போல தானும் காட்டுக்குச் சென்று தங்கியிருக்க வழியில்லை என்றபோதும் தம்மைச் சுற்றி காணப்படும் இயற்கைக்காட்சிகளில் மனம் தோய்ந்து அலைவதிலும் வேடிக்கை பார்ப்பதிலும் அவர் தொடர்ந்து ஈடுபட்டு வந்தார். அந்த அனுபவங்கள் அவரை தோரோவின் கருத்துக்கு நெருக்கமாக்கின.

தோரோவிடமிருந்து கற்றுக்கொண்ட உண்மையை அவர் பள்ளிக்கூடத்தில் மாணவர்களிடம் ஒவ்வொரு நாளும் எடுத்துரைக்கத் தொடங்கினார். வீட்டுப்பாடம், வினா விடை, மனப்பாடச்செய்யுள்கள், கட்டுரைகள் என மாணவர்களைத் தேர்வுக்கு அணியப்படுத்தும் விதமாக உரையாடும் பிற ஆசிரியர்களைப்போல அல்லாமல் தங்கப்பா வகுப்பில் கிட்டும் சிறுசிறு ஓய்வுப்பொழுதுகளில் மாணவர்களிடையில் இயற்கையைக் கவனிக்கும் பயிற்சியைப்பற்றிப் பேசினார். இத்தகு வேறுபட்ட அணுகுமுறை மாணவர்களை அவருக்கு நெருக்கமாக்கியது. அவருடைய வகுப்பில் படிக்கும் மாணவர்கள் மட்டுமன்றி, மற்ற வகுப்புகளில் படிக்கும் மாணவர்களும் அவரைத் தேடி வந்து உரையாடி விட்டுச் சென்றனர். இயற்கையை நோக்கும் பயிற்சியாக, விடுமுறை நாட்களில் மாணவர்களை கூட்டமாக அழைத்துக்கொண்டு தங்கப்பா அருகிலிருக்கும் ஏரிகளுக்கும் மரங்கள் அடர்ந்த பகுதிகளுக்கும் அழைத்துச் செல்லத் தொடங்கினார். இத்தகு சிறுசிறு பயணங்களின் விளைவாக மெல்ல மெல்ல அனைத்து மாணவர்களும் விரும்பும் ஆசிரியராக தங்கப்பா மாறினார்.

தோரோவின் தொடர்ச்சியாக பெர்ட்ரண்டு ரசல், எமர்சன் போன்ற அயல்நாட்டு மெய்யியலார்களின் படைப்புகளை தங்கப்பாவே தேடிப் படித்துத் தெரிந்துகொண்டார். அவர்களுடைய சிந்தனைகள் தன் எண்ணங்களைக் கூர்மைப்படுத்திக்கொள்ள தங்கப்பாவுக்குப் பெரிதும் உதவின. இக்காலத்தில் இயற்கையனுபவம் சார்ந்து அவர் எண்ணற்ற பாடல்களை எழுதினார். தங்கப்பாவுக்கு எழுதுவதில் இருந்த அளவுக்கு அதை வெளியிடுவதில் ஒருபோதும் இருந்ததில்லை. அவருடைய நெருக்கமான ஒருசில நண்பர்கள் மட்டுமே அவற்றைப் படித்து மகிழ்ந்தார்கள். அவர்களே, அப்பாடல்களைப்பற்றி மற்ற நண்பர்களிடம் எடுத்துரைத்து, தங்கப்பா ஒரு பாவலர் என்பதை மற்றவர்களும் தெரிந்துகொள்ளும் வகையில் செய்தனர்.

ஒருமுறை சென்னை எழுத்தாளர் சங்கம் ஒரு பாடல் போட்டியை அறிவித்திருந்தது. அதையொட்டிய செய்தி எல்லா நாளிதழ்களிலும் வெளிவந்திருந்தது. அந்தச் செய்தியைப் படித்த தங்கப்பாவோடு பணிபுரியும் ஆசிரியரொருவர் அப்போட்டிக்கு புதிதாக பாடலொன்றை எழுதி அனுப்பிவைக்கும்படி கேட்டுக்கொண்டார். ஆனால் தங்கப்பாவுக்கு அந்தப் போட்டியில் ஆர்வமில்லை. எனினும், அந்த நண்பர் விடவில்லை. அவருக்கு தங்கப்பாவின் பாடல் மீது அசைக்கமுடியாத நம்பிக்கை இருந்தது. எப்படியோ பேசி, தங்கப்பாவிடமிருந்து பொருத்தமான ஒரு பாடலை எழுதி வாங்கிவிட்டார். பிறகு அந்தப் போட்டிக்கு அவரே அப்பாடலை அனுப்பிவைத்தார்.

எழுதிக் கொடுத்ததோடு சரி, தங்கப்பா அந்த நிகழ்ச்சியையே மறந்துவிட்டார். சில நாட்களுக்குப் பிறகு அந்தப் போட்டியின் முடிவை எழுத்தாளர் சங்கம் நாளிதழில் வெளியிட்டிருந்தது. தங்கப்பாவின் பாடலுக்கு முதல் பரிசு அறிவிக்கப்பட்டிருந்தது. அதைப் படித்த தங்கப்பாவின் நண்பர் தமக்கே பரிசு கிடைத்ததுபோல மகிழ்ச்சியில் மூழ்கினார். உடனே, தங்கப்பாவைத் தேடி வந்து அச்செய்தியைத் தெரிவித்து வாழ்த்தினார். தங்கப்பாவுக்கும் அதைக் கேட்டு மகிழ்ச்சியாக இருந்தது. பரிசு வாங்கிய பாடல் பற்றிய செய்தி ஒருசில மணித் துளிகளிலேயே பள்ளி முழுக்க பரவிவிட்டது. அன்று முழுதும் அவரைச் சந்திக்க வந்த அனைவரும் அவரை மனமாரப் பாராட்டிவிட்டுச் சென்றனர்.

சில நாட்கள் கழித்து விருது வழங்கும் விழா நிகழ்ச்சி அழைப்பிதழை எழுத்தாளர் சங்கம் தங்கப்பாவின் முகவரிக்கு அனுப்பி வைத்தது. அந்நிகழ்ச்சிக்கு நண்பர்கள் அனைவரும் தங்கப்பாவை அழைத்துக்கொண்டு சென்றனர். அவ்விழாவில் உரையாற்றிய அனைவரும் தங்கப்பாவின் பாடலைப் பாராட்டிப் பேசினர். விழாக் குழுவினர் தங்கப்பாவை மேடைக்கு அழைத்து பரிசை வழங்கிய போது, அவருடைய நண்பர்கள் அனைவரும் மகிழ்ச்சியுடன் கைதட்டிக் கொண்டாடினர்.

விழா நடைபெற்றுக்கொண்டிருந்தபோது, யாரோ முன்பின் அறிமுகமில்லாத ஒருவர் தங்கப்பாவை நெருங்கி அஞ்சலட்டையின் அமைப்பில் இருந்த ஒரு சீட்டைக் கொடுத்துவிட்டுச் சென்றார். உரையைக் கவனிப்பதில் மூழ்கியிருந்த தங்கப்பா, அந்தச் சீட்டை வாங்கிவைத்துக் கொண்டாரே தவிர, அதைக் கொடுத்தவரை சரியாகக் கவனிக்கவில்லை. நிகழ்ச்சி முடிந்த பிறகே தன் கையிலிருக்கும் சீட்டை எடுத்துப் படித்தார். பொதுவான ஒரு வேண்டுகோள் அச்சீட்டில் அச்சிடப்பட்டிருந்தது. வேலூரிலிருந்து வானம்பாடி என்னும் பெயரில் ஓர் இலக்கிய இதழ் வெளிவர இருக்கிறது என்றும் அவ்விதழுக்கு தொடர்ந்து படைப்புகள் அனுப்பவேண்டும் என்றும் அந்த வேண்டுகோளில் குறிபிடப்பட்டிருந்தது. அந்த இதழின் ஆசிரியர் பாவலர் கோவேந்தன் என்னும் குறிப்போடு அவர் வேலூர் நகரில் வசிக்கும் முகவரி அச்சீட்டில் அச்சிடப்பட்டிருந்தது. விவரங்களைப் படித்த பிறகு, அச்சீட்டைக் கொடுத்த நண்பரின் முகம் அரங்கத்தில் எங்காவது தென்படுகிறதா என தங்கப்பா சுற்றிலும் தேடிப் பார்த்தார். எங்கும் காணப்படவில்லை. அதற்குள் அவருடைய கையிலிருந்த சீட்டை வாங்கிப் படித்துப் பார்த்த நண்பர்கள், தங்கப்பாவிடம் தயக்கமில்லாமல் அவ்விதழுக்கு பாடல்களை அனுப்பிவைக்க வேண்டும் என்று கேட்டுக்கொண்டனர். மிக விரைவில் தமிழகத்தில் தங்கப்பாவின் பாடல்களுக்கு நல்ல வரவேற்பு கிடைக்கும் என தாம் நம்புவதாக அவர்கள் தெரிவித்தனர்.

நண்பர்கள் கோரிக்கையை ஏற்றுக்கொண்டபோதும் தங்கப்பா அந்த இதழுக்கு பாடல்கள் எதையும் உடனடியாக அனுப்பிவைக்க எந்த முயற்சியும் செய்யவில்லை. வெவ்வேறு வேலைகளில் ஈடுபட்டிருந்த தங்கப்பாவின் நண்பர்களும் இச்செய்தியை மறந்தே விட்டனர். சில மாதங்களுக்குப் பிறகு, சொந்த அலுவல் காரணமாக தங்கப்பா வேலூருக்குச் சென்றிருந்தபோது, சீட்டில் குறிக்கப்பட்டிருந்த முகவரியின் உதவியோடு கோவேந்தனைச் சந்தித்தார். கோவேந்தன் அன்பும் கனிவும் நிறைந்தவர். நட்பு நாடும் மனிதர். தங்கப்பாவை அவருக்கு முதல் கணத்திலேயே பிடித்துவிட்டது. தங்கப்பாவுக்கும் கோவேந்தனைப் பிடித்துவிட்டது. இருவருடைய சிந்தனையோட்டமும் இணையானதாக இருந்ததால், பார்த்த கணத்திலேயே, இருவருக்குமிடையில் நல்ல நட்பு உருவானது. தங்கப்பாவிடமிருந்த பாடல் சுவடியை வாங்கி, அவர் எழுதிவைத்திருந்த பாடல்களையெல்லாம் கோவேந்தன் படித்து மகிழ்ந்தார். "இத்தனை பாடல்களை வைத்துக்கொண்டு நீங்கள் ஏன் வானம்பாடிக்கு அனுப்பவே இல்லை?" என்று தங்கப்பாவிடம் கேட்டார். தங்கப்பா தன் வழக்கமான புன்னகையுடன் அமைதியாக இருந்துவிட்டார். "சரி, போனது போகட்டும், சுவடியை நானே வைத்துக்கொள்கிறேன். இனிமேல் ஒவ்வொரு பாடலாக வெளியிட்டுவிடலாம்" என்றார் கோவேந்தன்.

தங்கப்பாவைப்போலவே கோவேந்தனும் தமிழிலக்கியத்திலும் ஆங்கில இலக்கியத்திலும் ஆழ்ந்த ஆர்வமுள்ளவர். இலக்கியம் சார்ந்து ஏராளமான புத்தகங்களை வாசித்தவர். எண்ணற்ற தமிழ்ப்புத்தகங்களும் ஆங்கிலப்புத்தகங்களும் அவருடைய நூலகத் தாங்கிகளில் நிறைந்திருந்தன. அவருக்கு சங்கப்பாடல்களை ஆங்கிலத்தில் மொழி பெயர்த்து ஒரு பெருந்தொகுதியாகக் கொண்டுவர வேண்டும் என்ற கனவு இருந்தது. இலங்கையைச் சேர்ந்த சிலரும் தமிழகத்தைச் சேர்ந்த சிலரும் ஏற்கனவே அம்முயற்சியில் சில தொகுதிகளை வெளியிட்டிருந்தனர். கோவேந்தன் அத்தொகுதிகளையும் தம் நூலகத்தில் வைத்திருந்தார். ஆனால் அவை அவருக்கு நிறைவளிக்கவில்லை. நடையிலும் மொழியழகிலும் வெளிப்பாட்டு முறையிலும் ஏதோ ஒரு போதாமை இருப்பதாக அவர் உணர்ந்தார். எடுத்துக்காட்டுக்காக ஒன்றிரண்டு பாடல்களை தமிழிலும் ஆங்கிலத்திலும் படித்துக்காட்டி மொழி பெயர்ப்பில் உருவாகியிருக்கும் இடைவெளியைப் புரிந்துகொள்ளும் வகையில் தங்கப்பாவிடம் பகிர்ந்துகொண்டார்.

தங்கப்பா இயற்கையாகவே பாடல்மனம் நிறைந்தவர் என்பதாலும் ஆங்கிலத்தில் சொந்தமாகவே எழுதும் திறமையும் பொருந்தியவர் என்பதாலும் அப்பாடல் வரிகளைக் கேட்டதும் அவை இப்படி அமைந்திருக்கவேண்டும் என்று பொருத்தமான சிறுசிறு மாற்றங்களை கோவேந்தனிடம் எடுத்துரைத்தார். அந்த வரிகள் ஆங்கில மொழி

பெயர்ப்புக்கு கூடுதல் அழகைச் சேர்ப்பதாக இருந்ததை உணர்ந்த கோவேந்தன் தங்கப்பாவை மனமாரப் பாராட்டினார். பாடல்மனம் படைத்த தங்கப்பாவால் மிகச்சிறந்த மொழிபெயர்ப்பை வழங்கமுடியும் என கோவேந்தன் உறுதியாக நம்பினார். தமிழில் சங்கப்பாடல்களை ஆங்கிலத்தில் மொழிபெயர்த்து உலகத்தாருக்கு எடுத்துரைப்பது தலையாய கடமையென்றும் விருப்பப்பட்ட பாடல்களை ஓய்விருக்கும் தருணங்களிலெல்லாம் மொழிபெயர்த்துக்கொண்டே வந்தால், ஒரு சில ஆண்டுகளிலேயே மிகச்சிறந்ததொரு தொகுதியை உருவாக்கிவிடலாம் என்றும் தம் ஆழ்மன விருப்பத்தை தங்கப்பாவிடம் கோவேந்தன் பகிர்ந்துகொண்டார். சொந்தப் பாடல் முயற்சியாக இருந்தாலும் சரி, மொழிபெயர்ப்புப்பாடல் முயற்சியாக இருந்தாலும் சரி, மன எழுச்சி மிக்க தருணங்களில் மட்டுமே எழுதும் பழக்கமுள்ளவர் தங்கப்பா. அவர் ஒரு செயலை அவ்வளவு எளிதாக தொடங்கிவிடமாட்டார். தமக்குள் படைப்புவேகம் பிறக்கும் கணம் வரை காத்திருப்பார். தொடங்கிவிட்டால், அவ்வேலையை முடித்த பிறகே அடுத்த வேலைக்குச் செல்வார். எதையும் ஒரு கடமையெனக் கருதி செய்யத் தொடங்கும் பழக்கம் அவருக்கு இல்லை. அதனால், கோவேந்தன் மீண்டும் மீண்டும் அழுத்தம் கொடுத்துத் தூண்டியபோதும் தங்கப்பா தன் ஒப்புதலைக் கொடுக்கவில்லை. வழக்கமான புன்னகையோடு முயற்சி செய்து பார்ப்பதாக மட்டும் சொல்லி நிறுத்திக்கொண்டார்.

முதல் சந்திப்புக்குப் பிறகு கோவேந்தனும் தங்கப்பாவும் அடிக்கடி சந்தித்துக்கொண்டனர். கோவேந்தன் சென்னைக்குச் செல்லும் தருணங்களிலெல்லாம் தங்கப்பாவின் பள்ளிக்கே நேரிடையாகச் சென்று சந்தித்து வந்தார். தங்கப்பாவும் விடுப்பு கிடைக்கும் சமயங்களில் வேலூருக்குச் சென்று கோவேந்தனைச் சந்தித்து இலக்கியம் தொடர்பான உரையாடல்களில் பொழுதைக் கழித்துவிட்டு சென்னைக்குத் திரும்பினார்.

அந்தக் காலத்தில் ஜே.கிருஷ்ணமூர்த்தி என்னும் மெய்யியலாளர் ஒவ்வொரு ஆண்டும் சில மாதங்கள் சென்னைக்கு வந்து அடையாறு அலுவலகத்தில் தங்கியிருந்து, மாலை நேரங்களில் ஆர்வலர்களிடம் உரையாற்றுவதை வழக்கமாகக் கொண்டிருந்தார். கோவேந்தனுக்கு ஜே.கிருஷ்ணமூர்த்தியின் கருத்துகள் மீது ஒருவித ஈர்ப்பு இருந்தது. ஒருமுறை, தங்கப்பாவைச் சந்திப்பதற்காக சென்னைக்கு வந்திருந்த கோவேந்தன் அவரையும் அழைத்துக்கொண்டு ஜே.கிருஷ்ணமூர்த்தியின் உரையைக் கேட்பதற்குச் சென்றிருந்தார்.

ஜே.கிருஷ்ணமூர்த்தியின் உரை தங்கப்பாவின் நெஞ்சைக் கவர்ந்தது. அவ்வுரை தோரோ, எமர்சன், ரசல் வழியாக தான் ஏற்கனவே அறிந்திருந்த இயற்கை சார்ந்த உண்மைகளுக்கும் வள்ளுவர், வள்ளலார் வழியாக உணர்ந்திருந்த வாழ்வியல் சார்ந்த உண்மைகளுக்கும்

நெருக்கமாக இருப்பதை அவர் புரிந்துகொண்டார். அன்று கேட்ட உரையைத் தொடர்ந்து, வாய்ப்பு கிடைக்கும்போதெல்லாம் சென்னைக்கு வந்து நண்பர் கோவேந்தனுடன் இணைந்து கிருஷ்ணமூர்த்தியின் உரைகளைக் கேட்டுவிட்டுச் செல்வதை வழக்கமாகக் கொண்டார். கிருஷ்ணமூர்த்தியின் உரைகள் அடங்கிய நூல்களையும் வாங்கிப் படித்தார். அந்த வாசிப்பின் வழியாக தங்கப்பா தன்னை மேலும் செழுமைப்படுத்திக்கொண்டார். உண்மை என்பது பாதைகளே அற்ற அல்லது எல்லாத் திசைகளிலும் பாதைகளைக் கொண்ட ஒரு பெருவெளி. ஒருவர் தன்னுடைய அன்றாட வாழ்க்கையில் தனக்குத் தோன்றும் எண்ணங்களைக் கூர்மையாகவும் விழிப்புணர்வோடும் உற்றறிவதன் வழியாக தன்னைத்தானே சிறுகச்சிறுக மேம்படுத்திக்கொள்ளமுடியும் என்பதைப்போன்ற கருத்துகள் தங்கப்பாவின் இளநெஞ்சத்துக்கு மிகவும் ஈர்ப்புடையவையாக இருந்தன. ஏற்கனவே அவர் நெஞ்சில் ஆழமாகப் பதிந்திருந்த இயற்கைநோக்கு சார்ந்த கருத்துகள் கிருஷ்ணமூர்த்தியின் உரைகளால் மேலும் வலிமை பெற்றன.

1959ஆம் ஆண்டின் பிற்பகுதியில் தங்கப்பாவுக்கு அரசு வேலை கிடைத்தது. காரைக்காலில் உள்ள திருமலைராயன்பட்டினத்தைச் சேர்ந்த உயர்நிலைப்பள்ளியில் ஆசிரியராகப் பணிபுரியத் தொடங்கினார். காரைக்கால் அழகான கடற்கரை நகரம். திருமலைராயன்பட்டினத்தைச் சுற்றி பச்சைப்பசேலென ஏராளமான தோப்புகள் நிறைந்திருந்தன. அந்த நகர வாசம் அவருடைய பாட்டுணர்வை ஒவ்வொரு நாளும் கிளர்ந்தெழச் செய்தது. ஏராளமான தனிப்பாடல்களை தங்கப்பா எழுதினார். அப்போது அவர் இயற்றிய ஆக்கங்களில் 'பாடுகின்றேன்' என்னும் தலைப்பில் முப்பதுக்கும் மேற்பட்ட எண்சீர்விருத்தப் பாடல்களோடு அவர் எழுதிய நெடும்பாடல் குறிப்பிடத்தக்க முயற்சியாகும். தங்கப்பாவின் இளமைக் காலப் பாடல்களில் இது ஒரு சாதனை என்றே சொல்லவேண்டும். தோரோவில் தொடங்கி கிருஷ்ணமூர்த்தி வரையிலான மெய்யியலாளர்கள் வழியாக அவர் அடைந்த தெளிவுக்கு இப்பாடல் ஒரு சாட்சியாக விளங்குகிறது.

> பாடுகின்றேன், பாடுகின்றேன் பாடுகின்றேன்
> பதைபதைத்து விம்மிவிம்மிப் பாடுகின்றேன்
> ஓடிவந்து பள்ளத்தை நாடும் நீர்போல்
> உணர்வெல்லாம் பாநாடப் பாடுகின்றேன்

என்று தொடக்கவரியிலேயே கொண்டாட்ட மனநிலையை வெளிப்படுத்துகிறார் தங்கப்பா. 'அழகுணர்வின் துடிதுடிப்பில் அதிருகின்றேன்' என்றும் 'சற்றினிதாய் தோப்பிலொரு குயிலின் ஓசை தவழ்ந்துவரக் கேட்கின்றேன், பாடுகின்றேன்' என்றும் 'சுழிக்கின்ற பெரும்புடவிக் கடல்தெறிக்கும் துளிநுரைக்கும் சிலிர்க்கின்றேன்,

பாடுகின்றேன்' என்றும் எண்ணற்ற அடுக்குகள் அப்பாடலில் நிறைந்திருக்கின்றன.

இயற்கையில் காணப்படும் ஒவ்வொன்றும் அதற்கேயுரிய அழகோடும் தனித்தன்மையோடும் நிறைந்திருக்கிறது. மண் அழகு. மலர் அழகு. பள்ளம் அழகு. மேடும் அழகு. சருகும் புல்லும் பூவும் இறகும் அழகு. குயிலும் மயிலும் வண்டுகளும் குரங்குகளும் அழகு. அந்த அழகைப் பார்க்கும்தோறும் பாட்டுணர்வால் உந்தப் பெற்று மனம் துள்ளுகிறது. அந்தத் துள்ளலே பாட்டாக தங்கப்பாவிடம் வெளிப்படுகிறது.

கடலின்முன் நிற்கின்றேன், எழுந்து விம்மிக்
கரைமோதும் அலையோடும் மோதுகின்றேன்
அடல்கொண்ட பேரலைகள் உடையும் போதில்
அள்ளிஎறிகின்ற சிறு பளிங்குத் தூள்கள்
உடல்கொள்ள எதிர்நின்று மகிழுகின்றேன்
ஒளிமணலில் புரள்கின்றேன், பாடுகின்றேன்
படர்கொண்ட அடிவானின் நிறங்கள் தம்மில்
படிகின்றேன், பாட்டூறிப் பாடுகின்றேன்

ஒரு கனவை எழுதுவதுபோல, அன்றைய மன எழுச்சியை அழகான நெடும்பாடலாக ஆர்வத்துடன் எழுதினார் தங்கப்பா. வழக்கம் போல எழுதி முடித்ததுமே அப்பாடல் அவருடைய பாடல்சுவடியிலேயே நின்றுவிட்டது. அவருடைய நண்பர் கோவேந்தன் அப்பாடலைப் படித்து விட்டு மனம்திறந்து பாராட்டினார். மரபுவழிப்பாடல் என்பதாலும் நெடும் பாடல் என்பதாலும் எந்த இதழிலும் அது வெளியாகவில்லை. பல ஆண்டுகளுக்குப் பிறகு கோவேந்தனின் முயற்சியால் 1973இல் நேரிடையாகவே நூல்வடிவத்தில் வெளிவந்தது.

'பாடுகின்றேன்' எழுதிமுடித்த சில ஆண்டுகள் கழித்து தேடுகின்றேன் என்னும் தலைப்பிலும் தங்கப்பா மற்றொரு நெடும்பாடலை எழுதினார். உயிர்கள் மீதும் உலகத்தின் மீதும் அன்பும் கனிவும் கொண்ட ஒருவனைக் காணும் முனைப்போடும் ஏக்கத்தோடும் தேடுகின்ற ஒருவனுடைய குரலாக அப்பாடலை எழுதினார் தங்கப்பா.

உன்னைத்தான் தேடுகின்றேன், அன்பு நெஞ்சே
உலகத்தில் நீஎங்கே இருந்திட்டாலும்
என்னுளத்தின் குரல் உனக்குக் கேட்குமானால்
இதையுனக்குச் சொல்கின்றேன், அமர்ந்து கேட்பாய்

என்று அப்பாடலைத் தொடங்குகிறார் தங்கப்பா. அன்பைத் தேடும் வேட்கையும் பயணமுமே அப்பாடலின் மையம். அழகான சொற்செட்டு.

நெஞ்சுக்கு நெருக்கமான உரையாடலின் குரல். தாளக்கட்டுடைய வரிகள். அவை அனைத்தும் தங்கப்பாவின் பாடல்களின் வலிமைகள். தேடுகின்றேன் என்னும் தலைப்பில் அமைந்த அப்பாடலும் அவர் கோப்பிலேயே பதினைந்து ஆண்டுகளுக்கும் மேலாக முடங்கியிருந்து 1980இல்தான் நூல்வடிவம் பெற்றது.

***

## 5. இயற்கையின் ஆற்றல்

தங்கப்பா திருமலைராயன்பட்டினத்தில் தங்கியிருந்த காலத்தில் தென்மொழி என்னும் தனித்தமிழிதழ் நெல்லிக்குப்பத்திலிருந்து வெளி வந்தது. அதன் ஆசிரியரான பெருஞ்சித்திரனார் கடலூரில் அஞ்சல் துறையில் பணிபுரிந்து வந்தார். தங்கப்பாவின் பாடல்களைப் படித்த பெருஞ்சித்திரனார் தென்மொழியில் தொடர்ந்து எழுதும்படி அவரிடம் கேட்டுக்கொண்டார். அதனால் ஊக்கம் பெற்ற தங்கப்பா பல பாடல்களை எழுதி அனுப்பிவைத்தார். பல சங்கப்பாடல்களின் ஆங்கில மொழி பெயர்ப்பும் அதில் வெளிவந்தன.

1961இல் மதகடிப்பட்டுக்கு அருகில் உள்ள புராணசிங்கு பாளையத்தில் உள்ள பள்ளிக்கு தங்கப்பா மாற்றல் பெற்று வந்தார். அப்போது புதுவையில் முதுகண்ணன் என்னும் பாவலர் கண்ணம்மை அச்சகம் என்றொரு அச்சகத்தை நடத்திவந்தார். அவர் தனித்தமிழில் ஆர்வம் கொண்டவர். அவருக்கு மறைமலை அடிகள், திரு.வி.க., தேவநேயப்பாவாணர் முதலிய தமிழறிஞர்களின் படைப்புகள் மீது மிகுந்த ஈடுபாடு இருந்தது.

கண்ணம்மை அச்சகம் அக்காலத்தில் தனித்தமிழ் அன்பர்களின் சந்திப்பு மையமாக இருந்தது. தென்மொழி இதழை கண்ணம்மை அச்சகத்தின் வழியாக தொடர்ச்சியாக கொண்டுவர பெருஞ்சித்திரனார் விரும்பினார். ஏதோ காரணத்தால் அந்த எண்ணம் நிறைவேறவில்லை என்றபோதும் பெருஞ்சித்திரனாருக்கும் முதுகண்ணனுக்கும் இடையில் நல்ல நட்பு நிலவியது. ஒவ்வொரு வாரமும் சனிக்கிழமை மாலை நேரத்தில் கடலூரிலிருந்து பெருஞ்சித்திரனார் புதுவைக்கு வந்துவிடுவார். புராணசிங்குபாளையத்திலிருந்து தங்கப்பாவும் வந்துவிடுவார். புதுவையைச் சேர்ந்த புலவர் திருமுருகனும் குழலிசைக்கலைஞர் வேங்கடேசனும் புலவர் அழகனும் வெவ்வேறு திசையிலிருந்து வந்து சேர்ந்துகொள்வார்கள். அனைவரும் சனிக்கிழமை இரவுப்பொழுதும் ஞாயிறு பகல்பொழுதும் அங்கேயே தங்கியிருப்பார்கள். எல்லா நண்பர்களும் தங்கிக்கொள்வதற்கும் சாப்பாட்டுக்கும் தேவையான ஏற்பாடுகளை முதுகண்ணன் செய்துவிடுவார். ஒவ்வொருவரும் தாம் எழுதிய பாடல்களை வரிசையாகப் படித்துக்காட்டுவதும் அதையொட்டி கருத்துகளை எடுத்துரைப்பதுமாக பொழுது கழியும். இக்காலகட்டத்தில் தங்கப்பா ஏராளமான இயற்கைப்பாடல்களை எழுதினார்.

தென்மொழி இதழை அச்சடித்துக் கொடுக்கும் பொறுப்பை கடலூரிலேயே இருந்த ஓர் அச்சகம் ஏற்றுக்கொண்டதால் பெருஞ் சித்திரனாரின் புதுவைப்பயணம் தற்காலிகமாக நின்றது. இதழ்ப் பொறுப்பில் உதவும்படி பெருஞ்சித்திரனார் தங்கப்பாவிடம் கேட்டுக்

கொண்டார். அதனால் ஒவ்வொரு வாரக்கடைசியிலும் தங்கப்பா புதுச்சேரிக்குச் செல்வதற்குப் பதிலாக கடலூருக்குச் செல்லத் தொடங்கினார். கிண்டற்பித்தன், வழுதி என பல புனைபெயர்களில் பாடல்களையும் கட்டுரைகளையும் மொழிபெயர்ப்புகளையும் தென்மொழி இதழுக்காக தங்கப்பா எழுதிக் கொடுத்தார்.

தங்கப்பாவின் பாடல்கள் மீது பெருஞ்சித்திரனார் பெரிதும் மதிப்பு கொண்டிருந்தார். தங்கப்பாவுடைய சொல்லாற்றலும் புதுப்புது உவமைகளும் பெருஞ்சித்திரனாரை மிகவும் கவர்ந்தன. மரபுப்பாடல் வடிவத்துக்கு புத்துயிரூட்டி ஒரு புதிய நீட்சியை உருவாக்கும் ஆற்றல் கொண்டவை என தங்கப்பாவின் எழுத்துகளை அவர் மதிப்பீடு செய்தார். தென்மொழியில் வெளியான பல படைப்புகள் அக்கால மாணவர்களையும் இளைஞர்களையும் பெரிதும் கவர்ந்தன. குறிப்பாக அண்ணாமலைப் பல்கலைக்கழக மாணவர்கள் பலர் தென்மொழியின் வாசகர்களாக இருந்தனர்.

விருத்தம், அகவல், வெண்பா என எல்லாப் பாடல் வடிவங்களிலும் பாப்புனையும் ஆற்றல் தங்கப்பாவுக்கு இருந்தது. அகவல்பாடல்களில் தங்கப்பா கையாளும் சொல்லாட்சி நேரிடையாக வாசிப்பவரின் நெஞ்சில் தைப்பதுபோன்ற கூர்மையை உடையதாக இருந்தது. சங்ககாலத்திலிருந்து எழுதப்பட்டு வரும் அவ்வடிவத்தில் புதுப்பொலிவுடன் எழுதிவந்தார் தங்கப்பா. மக்கட்கூட்டத்தை நோக்கி நேருக்கு நேர் உரையாடும் தன்மை அவ்வடிவத்தில் நிறைந்திருந்ததால் குறிப்பிட்ட அவ்வடிவத்தில் நன்கு எழுதிப் பழகுமாறு தங்கப்பாவிடம் கேட்டுக்கொண்டார் பெருஞ்சித்திரனார்.

ஒருவருக்கு தன் வாழ்வில் நோக்கங்களும் கொள்கைகளும் இன்றியமையாதவை. ஒருவகையில் அவை அனைத்தும் மனிதர்களை இயக்கும் அடிப்படை விசைகள். ஆனால் அவற்றை வரித்துக் கொள்வதற்கு முன்பாக மனத்தை விரிவாக்குவதும் எண்ணத்தைத் தூய்மையாக்குவதும் தலையாய கடமை. தூய்மையற்ற எண்ணத்துடன் ஒரு கொள்கைக்காக உழைப்பது என்பது தூய்மையற்ற அழுக்குக்கலத்தில் பாலை ஊற்றி நிறைப்பதற்குச் சமம் என்பது தங்கப்பாவின் பார்வை. தங்கப்பாவின் பெரும்பாலான தனிப்பாடல்களின் மையம் இதுவே.

கள்ளர் என்னும் தலைப்பில் வெளிவந்த பாடல் தங்கப்பாவின் தொடக்ககாலப் பாடல்களில் ஒன்று. இந்த மையத்தையொட்டி தங்கப்பா எழுதிய மிகமுக்கியமான பாடல். ஒருவருக்குச் சொந்தமான பொருளை மாற்றார் கண்ணில் படாமல் திருடிச் செல்பவர்களையே உலகத்தார் கள்ளர் என்று குறிப்பிடுவது வழக்கம். அதற்கு ஒரு படி மேலே சென்று தங்கப்பா, எண்ணத்தில் தூய்மையற்று கள்ளம் கொண்டவர்களையும் கள்ளர் என்றே வகைப்படுத்துகிறார். உடல்சார்ந்தும் உடைசார்ந்தும்

தூய்மையைப் பேணும் முயற்சிகளில் ஈடுபடும் நாம் உள்ளம் சார்ந்த தூய்மையை முற்றிலும் புறக்கணிப்பதை அவரால் ஏற்றுக்கொள்ளவே இயலவில்லை. கள்ளத்தில் தோய்ந்திருப்பதோடு, கள்ளத்தைக் கண்டும் காணாததுபோல நடப்பதும் கூட ஒருவகை கள்ளமே என்பது தங்கப்பாவின் முடிவு.

உடலே
நாள்தோறும் கழீஇப் பொலிகுவர் மன்னே
உடையே
கறைதுளி படாஅது காக்குவர் மன்னே
முகமே
அணல்வரப் பொறாஅர் அழகு பேணுவர்
உகிரே
பிறைதிகழ் வளைவின் பிறழ்தலும் விடாஅர்
மயிரே
இடந்தர வளரின் மழுக்கலும் தவறார்
உறைவே
தூசறப் பதுக்கித் தூய்மணம் கமழ்த்தி
மாசிருள் விலக மணிவிளக் கேற்றுவர்
ஆயினும்
புன்நினைவு கழீஇயும் பொருந்தில தவிர்த்தும்
தீயன ஓரீஇத் திருந்துவழி திருந்தியும்
நினைவினுஞ் செயலினும் உயர்வுறல் முன்னியும்
உள்ளம் ஒன்றே பேணிலர்
கள்ளந் தாங்கி வாழுநர் பலரே

இருளை விலக்கி வெளிச்சம் நிறைந்ததாக வீட்டைப் பேணிக் காக்க விழைகிற நாம் மன இருளைப்பற்றி கிஞ்சித்தும் கவலையின்றி நடமாடுகிறோம். இந்த இரட்டைநிலையை எண்ணி வருத்தம் கொள்கிறார் தங்கப்பா. 'உள்ளம் ஒன்றே பேணிலர்' என்னும் தொடரில் அவருடைய ஆற்றாமை நிறைந்திருக்கிறது.

ஒருமுறை தங்கப்பா பேருந்துப் பயணமொன்றில் கண்ட காட்சியை முன்வைத்து ஒரு பாடலை எழுதினார். அந்தப் பயணத்தில் ஏதோ ஒரு நிறுத்தத்தில் ஒரு விவசாயி வண்டிக்குள் ஏறிவந்தார். அவர் அணிந்திருந்த அரைவேட்டியில் சேறும் சகதியும் படிந்திருந்தது. உடலிலும் வேர்வை வழிந்திருந்தது. தலை கலைந்து அழுக்குக்கோலத்தில் இருந்தார். வண்டியில் இருந்த பலரும் அவரை அருவருப்புடன் பார்த்துவிட்டு, வெறுப்போடு வேறு திசையின் பக்கம் முகத்தைத் திருப்பிக்கொண்டனர். அவரை ஏறிட்டுப் பார்க்க ஒருவருக்கும் மனமில்லை. தனக்கு அருகில் இடமிருந்தும்கூட அவருக்கு ஒருவரும் இடம்தரவில்லை. பயணிகளில்

ஒருவராக அமர்ந்திருந்த தங்கப்பா ஒரே கணத்தில் அங்கு நிகழ்வது என்ன என்பதைப் புரிந்துகொண்டார். அந்த விலக்கத்தை அவரால் தாங்கிக் கொள்ளவே முடியவில்லை. ஓர் இளம் ஆசிரியராக அவர் மனம் துடித்தது. அக்கணமே அந்த விவசாயியை அருகில் அழைத்து தனக்குப் பக்கத்திலேயே அமரவைத்துக்கொண்டார். அவரைப்பற்றிய விவரங்களை விரிவாக கேட்டுத் தெரிந்துகொண்டார். தான் இறங்கவேண்டிய நிறுத்தத்தில் அந்த விவசாயி இறங்கிச் செல்லும்வரை அவரோடு பல செய்திகளைப்பற்றி உரையாடியபடியே பயணம் செய்தார். அன்றிரவு, அந்த அனுபவத்தை முன்வைத்து அவர் ஒரு பாடலை எழுதினார். அதுவும் சங்கப்பாடலின் சாயலில் அமைந்த பாடல்.

பழங்குடி மகனே பழங்குடி மகனே
உழுதொழில் ஆற்றிஇவ் உலகு புரந்து ஓம்பினும்
இழிகுலம் ஆகிய பழங்குடி மகனே
வாழிய, வந்தென் அருகில் அமர்க.
அழுக்குடல், கந்தல் அரைத்துணி கண்டாங்கு
இழுக்குற்றனர்போல் எரிமுகம் திருப்பிநிற்கு
இடந்தரத் தயங்குவார்க்கு உடைவதும் என்கொல்!
கிடந்தனர் சிறியர்! என் கிட்டி வந்து அமர்க!
வெள்ளை ஆடையும் விரைசெறி மேனியும்
எண்ணெய்ப் பூச்சும் இருப்பினும் பலரிங்கு
உள்ளம் அழுகி உணர்வெலாம் நாறும்
கள்ளர், களியர், காம்வெங் கயவர்!
நின்னினும் கோடி நிலைகீழ் ஆவர்!
அன்னவர்த் தொடலும் அருவருக்கின்றேன்
நின்னை என் இருகை புல்லவும் விழைவேன்
ஒட்டிவந்து அமர்க ! உடல் உராய்ந்திடுக!
கட்டிய கந்தல், எந்துணி கறைசெய்க!
மேலுறும் வியர்வை என் மேனியை நனைக்க!
தோள்நனி தொடுக! தொடுக நம் உளமே !
உழைப்பின் செல்வம்நீ! இளைத்தவர்க்கு உறுதிநீ!
தமிழ்க்குடி மகன்நீ! தகவயர்ந்தவன் நீ
தரைமுதல் நாளாய் தன்பயன் மறந்து
பிறன்பயன் கருதி பீடழிந்திடுநின்
உள்நிறைவு எனக்குறுமாயின்
மன்பதைத்தொண்டில் மலைவதும் இலனே!

பொதுப்பயணத்தில் ஐம்பதுகள் வரையிலும் கூட அனைவரும் சேர்ந்து நின்று பயணம் செய்யமுடியாத நிலை நீடித்திருந்தது என்பதற்கு இந்தப் பாடல் இன்றுவரை ஒரு சாட்சியாக விளங்குகிறது. இந்த மண்ணில் மனிதர் இணைந்து வாழ சாதி, மதம் ஆகியவற்றைக் கடந்த

பார்வையோடு வாழ்ந்தால் மட்டும் போதாது, நிறம், கல்வித்தகுதி, வேலைத்தகுதி, உடை என பல தடைகளையும் உடைத்துக் கடக்க வேண்டியதாக உள்ளது. காட்சி விவரணைக்கு தங்கப்பா தேர்ந்தெடுத்துக்கொள்ளும் சங்ககாலப் பாடலின் அமைப்பு அப்பாடலுக்கு மிக அழகாகப் பொருந்திப் போகிறது. ஏட்டில் எழுதியதற்கு மாறாக, ஏதேனும் ஓலைச்சுவடியில் இப்பாடல் எழுதப் பட்டிருக்குமானால், எதிர்காலத்தில் அதைக் கண்டுபிடிப்பவர்களுக்கு அந்தப் பாடலை சங்ககாலப் பாடல் வரிசையில் வைத்துப் பார்க்க தயக்கமே எழாது. தென்மொழி இதழில் இப்பாடல் வெளிவந்த தருணத்தில் விரிவான கவனம் பெற்று வாசகர்களின் பாராட்டைப் பெற்றது.

இவ்வகையில் எண்ணற்ற பாடல்களை தங்கப்பா எழுதிமுடித்த பயிற்சியின் விளைவாக அவர் 'இயற்கையாற்றுப்படை' என்னும் தலைப்பில் ஒரு நெடும்பாடலை எழுதினார். ஏறத்தாழ 570 வரிகளைக் கொண்ட அப்பாடல் மனிதர்களை இயற்கையை நோக்கி ஆற்றுப்படுத்தும் வகையில் அமைந்திருக்கிறது. இயற்கையை நோக்கும் பயிற்சியால் மனிதர்கள் அடையத்தக்கவை என்னென்ன என்பதை அடுக்கிவைக்கிறது அப்பாடல். காவேரிப்பூம்பட்டினத்தின் அழகையும் அமைப்பையும் பகுதிபகுதியாக அறிமுகப்படுத்தும் பட்டினப்பாலையைப்போல, தங்கப்பாவின் இயற்கையாற்றுப்படை இயற்கையின் அழகையும் இன்பத்தையும் அறிமுகப்படுத்துகிறது.

'நகருறை மகனே, நகருறை மகனே' என தொடங்கும் பாடல் மருதம், முல்லை, குறிஞ்சி, நெய்தல் என எல்லா நிலவகைகளையும் அடுக்கடுக்காகக் காட்சிப்படுத்தி, அதை நோக்கிச் செல்லுமாறு மனிதனை ஆற்றுப்படுத்துகிறது. 'திறந்த நெஞ்சொடும் கண்ணொடும் புறந்தரல் இயற்கை ஆற்றிடைப்படின்' விளையும் நன்மைகளையும் மலர்ச்சியையும் சுருக்கமாக முன்வைக்கிறது. இறுதியில் 'செப்பமும் ஒழுங்கும் செம்பொருள் உணர்வும் தப்பாது அடையத் தழைக்குமெய் வாழ்வே' என்று கூறி முடிவடைகிறது.

ஒவ்வொரு நிலக்காட்சியைப்பற்றியும் தங்கப்பா எடுத்துரைக்கும் பகுதிகள் மிக அழகானவை. அந்நிலத்தின் இனிய பக்கங்களை அவை நமக்குக் காட்டுகின்றன.

மருதநிலத்தைப்பற்றி விவரிக்கும்போது, நுட்பமான சித்தரிப்புடன் அவர் அடுக்கும் பட்டியல் விதவிதமான இனிய சுவைகளை அறிமுகப்படுத்துவதைக் காணலாம்.

வண்குலை இளநீர் வழுக்கையின் உறிஞ்சி
வெண்முதிர் பருப்பு மிசைதலும் இனிதே

முற்றா மகவின் இளந்தலை புரையும்
பாசரி படர்ந்து பைங்கண் நுங்கு அகழ்ந்து
பாளை வடிநீர் பதனுற அளவி
ஓலைப் பசுங்குடை உண்ணலும் இனிதே

நெய்கமழ் தீம்பால் நிறைபசுங்கம்பு
கைகமழ் பதத்தின் கசக்கியுண்பினிதே

உறுகேழ்வரகின் நறுங்காழ்ப் பைங்கதிர்
சிறுதீ மாட்டி வதக்கியுண்பினிதே

பயற்றிளஞ் செங்காய் உழுந்தின் பசுங்காய்
எயிற்றிடை அதுக்கிச் சூர்தலும் இனிதே

வெண்ணிற மகளிர் விரலெனப் பொலிந்த
தண்ணியல் வெண்டைப் பிஞ்சுணல் இனிதே

வண்முதிர் கன்னல் வயல்வாய் முரித்து
கூருகிர் கிழித்து பல்லில் சவட்டி
சாறுகடை யொழுக சப்பியுண் பினிதே

தங்கப்பா விவரிக்கும் முல்லைநிலக் காட்சிகளைப் படிக்கும்போது அழகானதொரு படத்தொகுப்பைப் புரட்டிப் பார்ப்பதுபோலவே உள்ளது.

சிறுகுட்டத்துச் செறிந்த திண்கரை
நொச்சி மறைய பாலை படரும்
தும்பையும் துழாயும் எங்கணும் மயங்கும்
ஈங்கை இடுகரை வெண்மணல் ஓடை
வாங்குசினைக் கருவேல் பல்நிலாப் பூக்கும்
துவளிலைத் துத்தி துவன்றிய கல்லதர்
இவர்கொடிக் கோவை வெண்பூ ஏந்தும்
கூவிளம் அலர்ந்த செம்புல வரைப்பின்
ஆவிரைப் பொற்பூ காடு பொலியும்

நடந்துசெல்லும்போது நம் கண்ணில் படும் காட்சிகளைப்போலவே தங்கப்பாவின் சித்தரிப்புகள் அமைந்துள்ளன. துல்லியமும் கச்சிதமும் கூடிய சித்தரிப்பு என்பது தங்கப்பாவின் பாடல்களில் பலவிதமான சிறப்புகளில் மிகமுக்கியமான ஒன்று.

ஆன்மடி கறந்த பாலே, பாலாட்டு
ஏடுறத் தோய்த்த தயிரே, தயிரின்
மத்துறக் கடைந்த மோரே, மோரின்
திரளென மிதந்த வெண்ணெய், வெண்ணெயின்

முறியிட்டு உருக்கிய நெய்யே, நெய்கமழ்
பாகொடு கலந்த பண்ணியம் பலவே

என தங்கப்பா அளிக்கும் உணவுப்பட்டியல் மிகநீண்டது. ஒவ்வொரு வரியும் நாவூற வைக்கும் தன்மையை உடையது.

குறிஞ்சிநிலக் காட்சியைச் சித்தரிக்கும் போக்கில் தங்கப்பா ஓர் அருவிக்காட்சியை விவரிக்கும் பகுதியை இயற்கையழகின் உச்சம் என்றே சொல்லவேண்டும்.

களிற்றுமுகத் தொளிர்ந்த ஓடை போலவும்
அறல்குழல் தாங்கிய தெரியல் போலவும்
கருங்கலம் வழிதரு தீம்பால் போலவும்
விழவணி சேணூர் முழவதிர்ந் திம்மென்று
இழிதரும் தூவெள் இவர்திவல் அருவி.
ஆடுகம் என்கோ, பாடுகம் என்கோ
உள்ளூறும் உவப்பின் சாடுகம் என்கோ
கள்ளூறு களியரின் கயவாய் அணந்து
தெள்நறுந் தீம்புனல் பருகுகம் என்கோ
கதழ்புனல் கிழிந்து நீந்துகம் என்கோ

தங்கப்பாவின் சொற்கள் வழியாக பொழியும் அருவி, கொஞ்சம் கொஞ்சமாக நம் நெஞ்சில் இடம் மாறி பொங்கி வழியத் தொடங்கி விடுகிறது.

நெய்தல்நிலச் சித்தரிப்பில் அழகானதொரு கடற்கரைக்காட்சியை முன்வைத்திருக்கிறார் தங்கப்பா.

தெங்கின் குரும்பை நாணல் தைஇக்
கழைமென் பிளவின் உருளை குயிற்றிச்
சிறுவர் ஈர்க்கும் பூப்புனை சிறுதேர்
வரிநிழல் தெருவில் மணல்வீடியிற்றி
சிறுமியர் யாத்த பாவை வீழ்ப்பக்
கணங்கொள் சிறுவர் கலிபேரார்ப்பும்
சினங்கொள் சிறுமியர் முனிந்த பூசலும்
புன்னை நீழல் பொலிமணல் இருந்து
துன்னல் ஊசியின் தொல்வலை பற்றி
பின்னுப் பொத்தும் முதியோர் செவிதெறும்
தெங்கமர்ச் சோலை சிறுகருங்காக்கை
இனங்கரைந்து அன்ன இளையோர் ஆர்ப்பப்
பைங்காய் சீவி பங்கிடும் ஒருமகன்
விருந்து காண்டலின் வருகென மலர்ந்தே

அருந்தக் கொடுக்கும் அவ்விளநீரின்
பெருஞ்சுவை உளதோ நகர்தரு வாழ்வே

இயற்கையாற்றுப்படையை படித்து முடிக்கும் ஒரு வாசகர், தங்கப்பா இயற்கையை எந்த இடத்திலும் ஒரு தனிக்காட்சியாக முன்னிறுத்தவில்லை என்பதையும் மனிதவாழ்க்கையோடு இணைந்த ஒரு பகுதியாகவே காட்டுகிறார் என்பதையும் புரிந்துகொள்ள முடியும். இயற்கையை கண்ணுக்கும் மனத்துக்கும் விருந்தளிக்கக்கூடிய காட்சிக் கூடமாகச் சுருக்கிப் பார்ப்பது பிழையான பார்வை. ஆறுதலும் இன்பமும் தரும் அன்னையின் மடிபோல, வாழ்க்கையில் அமைதியையும் மகிழ்ச்சியையும் வழங்கும் தாய்மடியாக இயற்கை விளங்குகிறது. தாயை நோக்கிச் செல்வது என்பது தாயை மகிழ்ச்சிப்படுத்துவதற்கோ, பாராட்டுவதற்கோ அல்ல. மாறாக, தாயின் கதகதப்பான அரவணைப்பிலும் அன்பிலும் திளைத்து, நம் படைப்பூக்கத்தையும் ஆளுமையையும் வளர்த்துக்கொள்வதற்காக அமையவேண்டும் என்பது மிகமுக்கியமான உண்மை. தங்கப்பாவின் இயற்கையாற்றுப்படை அந்த உண்மையின் மையத்துக்கு வாசகர்களை அழைத்துச் செல்கிறது.

\*\*\*

# 6. தங்கப்பாவின் இல்லற வாழ்க்கை

1957இல் தாசர் உயர்நிலைப்பள்ளியில் தங்கப்பா ஆங்கில ஆசிரியராகப் பணியாற்றியபோது தமிழ்ச்சூழலில் மும்மொழிப்பாடத் திட்டம் பின்பற்றப்பட்டு வந்தது. அரசு தன்னிச்சையாக இந்தி மொழியை மாணவர்கள் மீது திணித்த திட்டத்தை, நெஞ்சில் நிறைந்திருந்த தமிழுணர்வின் காரணமாக தங்கப்பாவால் ஏற்றுக்கொள்ள இயலவில்லை. அதை ஒரு பிழையான செயலாகவே தங்கப்பா கருதினார்.

தங்கப்பா அடிப்படையில் எந்த மொழியின் மீதும் வெறுப்பு கொண்டவர் அல்லர். ஒரு குறிப்பிட்ட மொழியை தாய்மொழியாகக் கொண்டவர்கள் அம்மொழியைப் போற்றுவதும் அம்மொழியிலேயே படிப்பதும் பேசுவதும், அம்மொழிக்காக பரப்புரை செய்வதும் மிகமிக முக்கியமானது என்ற எண்ணம் கொண்டவர் தங்கப்பா. ஆனால் அரசு அதிகாரத்தின் துணையோடு, ஒரு மொழிக்கூட்டத்தின் மீது மற்றொரு மொழியைச் சுமத்துவதையே தங்கப்பா பிழையெனக் கருதினார்.

வெற்று முழக்கமென வெறுப்பைக் கொட்டும் சொற்களையும் அவற்றின் வழியாக மாணவர்கள் பிழையான வழிகளில் செலுத்தப் படுவதையும் தங்கப்பாவின் மனம் விரும்பவில்லை. தேவையற்ற ஒன்றை கல்வித்திட்டத்தின் வழியாக திணிக்கும் அரசின் நடவடிக்கையால் குழப்பத்தில் மூழ்கியிருக்கும் சமூகத்தை, அரசே உடனடியாக செயலில் இறங்கி மீட்டெடுக்கவேண்டும் என அவர் விரும்பினார். இந்திப் பாடத்துக்கான ஆணை உடனடியாக திரும்பப்பெறுவதுதான் ஒரே வழி. அந்த ஆணை விலக்கிக்கொள்ளப்பட வேண்டும் என்ற கோரிக்கை மட்டுமே மாணவர்கள் நெஞ்சிலும் முழக்கத்திலும் இருக்கவேண்டுமே தவிர, மொழிமீதான வெறுப்பல்ல என்பதை மாணவர்கள் புரிந்து கொள்ளும் வகையில் பக்குவமாக எடுத்துரைத்து நெறிப்படுத்தினார்.

தமிழகமே கொதிநிலையில் இருந்த காலம் அது. சீற்றத்தின் வலையில் எளிதாகச் சிக்கிக்கொள்ளக்கூடிய இளம்வயதினராக இருந்த போதும், நிதானமும் பக்குவமும் கொண்ட குரலுடன் மொழிச்சிக்கலைப் பற்றி தன்னோடு பணிபுரியும் ஆசிரியர்களிடமும் மாணவர்களிடமும் தெளிவாகப் பேசிய தங்கப்பாவின் செயல்பாட்டை பள்ளியில் இருந்த அனைவருமே போற்றினர். மாணவர்களை சரியான திசையில் வழிநடத்தும் அவருடைய ஆளுமைப்பண்பையும் பாராட்டினர். அதுவரை அவரை நெருங்காமல் இருந்த பல மாணவர்களும் ஆசிரியர்களும் அவரை இன்னும் நெருங்கிவந்து அன்போடு பேசி நட்பு பாராட்டி மகிழ்ந்தனர்.

அதே பள்ளியில் இந்தி மொழியைக் கற்பிக்கும் ஆசிரியையாக இருந்தார் ஓர் இளம்பெண். எங்கெங்கும் இந்தி மொழி எதிர்ப்பு பரவி மெல்ல மெல்ல தீவிரமடைந்துவரும் வேளையில் மனப்பக்குவம் பெறும்

வகையில் மாணவர்களுக்கு நல்வழி காட்டிய தங்கப்பாவின் செயல்பாடுகளைக் கண்டு, பாராட்டுணர்வோடு அவரை நெருங்கிப் பேசினார் அவர். ஆங்கில ஆசிரியராக இருந்தபோதும் தங்கப்பா ஒரு நல்ல தமிழ்ப்பாவலர் என்பதையும் தமிழில் நல்ல புலமை உள்ளவர் என்பதையும் அவர் புரிந்துகொண்டார். வாழ்க்கை பற்றி அவர் கொண்டிருந்த பார்வை அந்த இளம்பெண்ணை மிகவும் கவர்ந்தது. இந்தி ஆசிரியை என்ற காரணத்தால் மற்ற பிற ஆசிரியர்கள் சற்றே விலக்கத்தோடு பழகிவந்த தருணத்தில் எவ்விதமான வேறுபாட்டுணர்வும் இன்றி, நட்புடன் தங்கப்பா பழகிய விதம் அவருக்கு மிகவும் பிடித்திருந்தது. அந்த இந்தி ஆசிரியையின் பெயர் விசாலாட்சி. இருவரும் எண்ணங்களால் மிகவும் நெருங்கினர். ஒத்த எண்ணப்போக்கும் வாழ்க்கை பற்றிய ஒத்த பார்வையும் இருந்ததால் இருவருக்குமே ஒருவர் மீது ஒருவருக்கு விருப்பமிருந்தது. ஆயினும் அதை வாய்விட்டுச் சொல்ல இருவருமே தயங்கினர். சில மாதங்களுக்குப் பிறகே இருவரும் தம் காதலை வெளிப்படுத்தினர்.

கிறித்துவப் பின்னணியிலிருந்து வந்தவர் தங்கப்பா. கட்டுப்பாடுகள் மிக்க பிராமணப் பின்னணியிலிருந்து வந்தவர் விசாலாட்சி. ஆயினும் இருவருமே சாதியெல்லையைக் கடந்த பார்வையைக் கொண்டிருந்தனர். இருவருமே தமிழுணர்வு வாய்க்கப் பெற்றவர்கள். வாழ்க்கையைப்பற்றிய பார்வையும் இருவருக்கும் ஒன்றாகவே இருந்தது. இருவருக்குமிடையில் வேறுபாடுகளின் அளவைவிட ஒற்றுமைகளின் அளவே மிகுந்திருந்தது.

இருவருக்குமே திருமணம் சார்ந்த விருப்பமிருந்தபோதும், அத்திட்டத்தை உடனடியாக செயல்படுத்த இயலாத அளவுக்கு விசாலாட்சி அவர்களுக்கு சில நெருக்கடிகள் இருந்தன. அவருடைய குடும்பம் சாதி கடந்த திருமணத்தை ஏற்றுக்கொள்ளாது என்பதை அவர் தெளிவாகவே புரிந்துவைத்திருந்தார். ஆயினும் குடும்பத்துக்கு ஆற்ற வேண்டிய கடமைகளிலிருந்து நழுவிவிடக் கூடாது என்பதிலும் அவர் உறுதியாக இருந்தார். அதனால் தன் தம்பியும் தங்கையும் கல்வியை முடித்து வேலைக்குச் செல்வதுவரை அவர் காத்திருக்க வேண்டியிருந்தது.

அச்சமயத்தில் தங்கப்பாவுக்கு புதுவை அரசின் கீழ் திருமலை ராயன் பட்டினத்தில் உள்ள அரசு பள்ளியில் ஆசிரியர் பணி கிடைத்தது. அரசு வேலை என்பதால் அவர் உடனடியாக தாசர் பள்ளியிலிருந்து விலக வேண்டியிருந்தது. அதனால் உற்றார் உறவினர் ஒருவரும் அறிந்து கொள்ளாத வகையில், நண்பர்கள் உதவியுடன் 26.05.1959 அன்று இருவரும் பதிவுத்திருமணம் செய்துகொண்டனர். விசாலாட்சி அவர்கள் தாசர் பள்ளியில் பணியைத் தொடர்ந்தபடியே தன் குடும்பப் பொறுப்புகள் அனைத்தையும் நிறைவேற்றினார். ஏறத்தாழ மூன்றாண்டு காலம்

அவருடைய திருமணம் ஒருவரும் அறியாத செய்தியாகவே இருந்தது. திருமலைராயன் பட்டினத்திலிருந்து மாற்றல் பெற்று புராணசிங்கப் பாளையம் பள்ளிக்கு வந்து சேர்ந்தார் தங்கப்பா. விசாலாட்சி அவர்களும் குடும்பத்தைவிட்டு வெளியேறி புராணசிங்கப்பாளையத்துக்கு வந்து அவருடன் இணைந்துகொண்டார். இருவரும் தம் திருமணத்தை உலகுக்கு அறிவிக்கும் எண்ணத்துடன் கடலூரில் பெருஞ்சித்திரனாரின் தென்மொழி இல்லத்தில் ஒரு விருந்துக்கு ஏற்பாடு செய்தனர். நண்பர்கள் பலரும் அவ்விருந்தில் கலந்துகொண்டு இணையரை உளமார வாழ்த்தினர். இருவருடைய இல்லற வாழ்க்கையும் அச்சிற்றூரில் தொடங்கியது.

தங்கப்பா - விசாலாட்சி இருவருடைய திருமணத்துக்கும் துணையாக இருந்தவர் கோவேந்தன். தங்கப்பாவைவிட ஒன்றிரண்டு ஆண்டுகள் மூத்தவர். தங்கப்பாவின் பாடல் முயற்சிகளுக்கும் மொழி பெயர்ப்பு முயற்சிகளுக்கும் துணையாக இருந்ததுபோல, அவருடைய இல்லற வாழ்க்கையின் தொடக்கத்துக்கும் உற்ற துணையாக இருந்தார். இரு குடும்பங்களும் நெருங்கிப் பழகி உறவில் திளைத்தன. வேலூரில் இருந்த கோவேந்தன் குறுகிய காலத்திலேயே காட்பாடி, நந்தம்பாக்கம், கோவூர் என பல இடங்களுக்கு மாறிக்கொண்டே இருந்தார். அவர் எங்கே சென்றாலும் இரு குடும்பங்களுக்கிடையில் இருந்த உறவு மட்டும் உறுதியாகவே இருந்தது.

தங்கப்பாவைப் பொறுத்தவரை அவர் மனைவியும் கோவேந்தனும் மட்டுமே அவருடைய பாடல்களுக்கு முதன்மை வாசகர்கள். அவ்விருவரும் அப்பாடல்களைப் படித்தால் போதும், எழுதியதன் பயன் கிடைத்துவிட்டது என்று நினைக்கக்கூடியவர். பல தருணங்களில் பாதுகாப்பாக வைத்துக்கொள்ளவும் மறந்துவிடுவார். அவர் மனம் உடனே அடுத்த பாடலை நோக்கி நகர்ந்துவிடுவதுதான் முதன்மையான காரணம். தன் பாடல்களை பலரும் படித்துப் பாராட்டவேண்டும் அல்லது தன் கருத்துகளைத் தெரிந்துகொள்ள வேண்டும் என்ற எண்ணத்தைவிட எழுதும் மகிழ்ச்சியையே தங்கப்பாவின் மனம் மிகுதியாக விரும்பியது. தங்கப்பாவின் ஒட்டுமொத்தமான பாடல்களில் இதழ்களில் பிரசுரம் கண்ட பாடல்களைவிட, பிரசுரமாகாத பாடல்களே மிகுந்திருப்பதற்கு இதுவே காரணம். விசாலாட்சி அவர்கள் தங்கப்பாவின் வாழ்வில் பங்கெடுத்துக் கொள்ளத் தொடங்கிய பிறகு, அவரே கோப்புகளில் பாடல்களை வகைப்படுத்தி பாதுகாக்கத் தொடங்கினார். தங்கப்பாவின் படைப்புகள் இதழ்களில் வெளியாகவும் நூலாக்கம் பெறவும் கோவேந்தனும் விசாலாட்சி அவர்களும் எல்லாத் தருணங்களிலும் தூண்டுகோல்களாக விளங்கினர். பிற்காலத்தில் ஆ.இரா.வேங்கடாசலபதியும் புதுவை செயராமனும் தூண்டுகோல்களாக செயல்பட்டனர். தங்கப்பாவின் பாடல்கள் மீது உருவான ஈடுபாட்டின் காரணமாக, தமிழினி பதிப்பகத்தின் பொறுப்பாளரான வசந்தகுமார் ஏறத்தாழ 350 பக்க அளவில்

தங்கப்பாவின் தேர்ந்தெடுத்த சில பாடல்களைத் தொகுத்து ஒரு பெருந்தொகுதியாக 2006இல் வெளியிட்டார்.

விசாலாட்சி அவர்கள் தொடக்கத்தில் புதுவைப்பகுதியில் இந்தி ஆசிரியராகப் பணிபுரிந்தார். இரண்டாண்டுகளுக்குப் பிறகு பயிற்சி பெறாத ஆசிரியராக வேறொரு பள்ளியில் பணிபுரிந்தார். இந்தித்திணிப்பு தொடர்பான அரசு நடவடிக்கைகளை அவர் மனம் ஒப்பவில்லை. அதனால் இந்தி ஆசிரியையாக பணியில் தொடர அவருக்கு விருப்பமில்லை. பணியிலிருந்து விலகிக்கொள்ள விரும்பினார். ஆனால் அவருடைய கற்பித்தல் திறமையால் கவரப்பட்டிருந்த பள்ளி நிர்வாகம் அவரை இழக்க விரும்பாமல் ஆசிரியர் பணிக்குரிய முறையான பயிற்சியைப் பெறுவதற்குத் தேவையான விடுப்பை அளித்து அனுப்பிவைத்தது. அதற்குப் பிறகு ஓராண்டு காலப் பயிற்சியை முடித்துக்கொண்டு திரும்பி வந்து, அதே பள்ளியில் வரலாற்றைக் கற்பிக்கும் ஆசிரியையாகப் பணியைத் தொடர்ந்தார் விசாலாட்சி.

தனித்தமிழ் மீதிருந்த பற்றின் காரணமாக, விசாலாட்சி தன் பெயரை தடங்கண்ணி என மாற்றிக்கொள்ள விரும்பினார். ஆயினும் அரசு பதிவில் பெயரை மாற்றுவதற்காக அவர் எடுத்த முயற்சிகள் பயனளிக்கவில்லை. ஆதலால் பள்ளிச்சூழலில் விசாலாட்சி என்ற பெயரே நிலைத்துவிட்டது. எனினும் நட்புச்சூழலில் அவர் தடங்கண்ணி என்ற பெயராலேயே அழைக்கப்பட்டார்.

1968 வரைக்கும் பள்ளியாசிரியராக இருந்த தங்கப்பாவுக்கு புதுவை தாகூர் கலைக்கல்லூரியில் விரிவுரையாளராக வேலை கிடைத்தது. இருவரும் புதுவையில் இணைந்து வாழத் தொடங்கினர்.

தங்கப்பா - தடங்கண்ணி இணையர் தம் குழந்தைகளுக்கு அழகான தமிழ்ப்பெயர் சூட்டி வளர்த்தனர். அனைவரும் பலமுறை தங்கப்பாவின் பாடல்களில் பாத்திரங்களாக மீண்டும் மீண்டும் இடம்பெற்றிருக்கிறார்கள். அப்பிள்ளைகளுடைய ஒவ்வொரு காலகட்ட வளர்ச்சிக்கும் தங்கப்பா எழுதிய பல்வேறு விதமான பாடல்களே ஆவணங்களாக விளங்குகின்றன.

***

# 7. மொழிபெயர்ப்பின் திசையில்

தங்கப்பாவுக்கு இளமைக்காலத்திலிருந்தே தமிழிலும் ஆங்கிலத்திலும் நல்ல இலக்கியப்படைப்புகளைத் தேடிப் படிக்கும் பழக்கமிருந்தது. இரு மொழிகளிலும் சொந்தமாகவே எழுதும் பயிற்சியும் முனைப்பும் இருந்தன. வாழ்க்கை அனுபவங்களையும் மன உணர்வுகளையும் மனம்கவரும் பாடல்களாக மாற்றும் கலையில் இளம் பருவத்திலேயே தங்கப்பா தேர்ச்சி பெற்றிருந்தார். கல்லூரியில் விடுதியில் தங்கிப் படிக்கும் காலத்திலிருந்தே அவர் பாடல் புனைவதை பழக்கமாகக் கொண்டிருந்தது. சிற்சில தருணங்களில் நண்பர்களின் வேண்டுகோளுக்கு இணங்கி புத்தகத்தில் இடம்பெற்றிருக்கும் தமிழ்ப்பாடல்களை ஆங்கிலத்திலும் ஆங்கிலப்பாடல்களை தமிழிலும் மொழிபெயர்த்து படித்துக் காட்டும் பழக்கமும் இருந்தது. விளையாட்டு போல இளமையில் தொடங்கிய இப்பழக்கமே அவருக்கு மொழிபெயர்ப்பில் ஆர்வத்தை உருவாக்கியது.

ஆசிரியராகப் பணியாற்றத் தொடங்கிய தருணத்தில் அவ்வப்போது சில குறுந்தொகைப்பாடல்களை ஆங்கிலத்திலும் தாகூர், வேர்ட்ஸ்வொர்த், கீட்ஸ், ஷெல்லி, பைரன் போன்ற பாவலர்களின் பாடல்களை தமிழிலும் மொழிபெயர்த்து தன்னோடு பணிபுரிந்த ஆசிரியர்களிடமும் மாணவர்களிடமும் படித்துக் காட்டுவதை வழக்கமாகவே கொண்டிருந்தார் தங்கப்பா. ஷெல்லி எழுதிய பாடல் தங்கப்பாவின் மொழிபெயர்ப்பில் தமிழ்ப்பாவலர் ஒருவரின் பாடலைப் போலவே தோன்றும். அதுபோலவே கபிலர் எழுதிய பாடல் ஆங்கில மொழிபெயர்ப்பில் ஆங்கிலப்பாவலர் ஒருவரின் பாடலைப் போலவே தோன்றும். இதுவே தங்கப்பாவின் சிறப்பு. மொழிபெயர்க்கும் தருணங்களில் அவர் மனம் அந்தந்த மொழியிலேயே முற்றிலும் தோய்ந்துவிடும். பொருத்தமான சொற்களை மிகச்சரியாகத் தேர்ந்தெடுத்து பயன்படுத்துவார். எல்லா மொழியினரையும் கவரக்கூடிய வகையில் அமைந்திருக்கும் வாழ்க்கைத்தருணங்களை முன்வைக்கும் பாடல்களையே மொழிபெயர்ப்புக்குரியவையாக தங்கப்பா தேர்ந்தெடுப்பார். சரியான தேர்வும் செறிவான மொழிப்பயிற்சியும் அவருக்கு வெற்றியைக் கொடுத்தன.

தங்கப்பா மொழிபெயர்ப்பை ஒரு வேலையாகவோ அல்லது கடமையாகவோ ஒருபோதும் நினைத்து ஈடுபட்டதில்லை. அவர் மொழிபெயர்த்துக் கொடுப்பார் என நினைத்து ஒருவரும் ஒரு வேலையை அவரிடம் ஒப்படைக்க முடியாது. பாடல் எழுதுவதுபோலவே பாடலை மொழிபெயர்ப்பதும் மனத்தை நிறைக்கும் ஒரு செயலாகவே அவர் நினைத்தார். மனநிறைவற்ற ஒரு பாடலையும் அவர் எழுதியதுமில்லை. மொழிபெயர்த்ததுமில்லை.

பணியிலிருந்து ஓய்வு பெற்ற பிறகு, ஒருமுறை தன் மகன் வீட்டுக்குச் சென்றிருந்தார். அது ஒரு வாடகை வீடு. வீட்டின் மாடிப்பகுதியில் அவர்கள் தங்கியிருந்தார்கள். தரைப்பகுதியில் வீட்டு உரிமையாளர் தங்கியிருந்தார். ஒருநாள் முன்னிரவுப்பொழுதில் உரிமையாளரின் மகள் தன் ஆங்கிலப் பாடப்புத்தகத்திலிருந்து ஒரு பாடலை வாய்விட்டுப் படித்தபோது, அச்சொற்கள் உருவாக்கிய ஈர்ப்பின் விளைவாக, அப்பாடலைத் தொடர்ந்து கேட்டார் தங்கப்பா. ஏதோ ஒரு விதத்தில் அவர் மனத்துக்கு உவப்பளிக்கும் விதமாக அப்பாடல் அமைந்திருந்தது. உரிமையாளரின் வீட்டுக்குச் சென்று அப்பாடலை மீண்டும் படிக்கும்படி அந்த இளம்பெண்ணிடம் கேட்டுக்கொண்டார். அவள் படிக்கப்படிக்க அப்பாடல் அவருக்குள் ஒருவித கிளர்ச்சியை ஊட்டியது. அப்பாடலின் சொல்லடுக்குகளும் நேரடித்தன்மையும் அவருக்கு மிகவும் படித்திருந்தன. டக்ளஸ் மலோக் (Douglas Malloch) என்னும் பாவலர் எழுதிய Be the best என்ற பாடல் அது. அப்பாடலை உடனடியாக தமிழில் மொழிபெயர்க்க அவர் மனம் விரும்பியது. அந்தப் பெண்ணிடமிருந்து அப்புத்தகத்தை வாங்கிக்கொண்டு மாடிக்குச் சென்றுவிட்டார். சிறிது நேரத்திலேயே 'சிறந்தவனாய் வாழ்' என்னும் தலைப்பில் அப்பாடலை தமிழில் மொழிபெயர்த்துவிட்டார். அந்த மொழிபெயர்ப்பைப் படியெடுத்துச் சென்று அப்பெண்ணிடம் கொடுத்தார். அந்தப் பெண்ணும் அக்குடும்பத்தாரும் அதைப் படித்து மகிழ்ந்தனர். சில நாட்கள் கழித்து எனக்கு எழுதிய மடலில் அந்நிகழ்ச்சியை விவரித்துவிட்டு, அப்பாடலையும் இணைத்து எனக்கு அனுப்பியிருந்தார் தங்கப்பா. எந்தத் திட்டமும் இல்லாமல் மொழிபெயர்த்த அப்பாடல் எனக்கு மிகவும் பிடித்திருந்தது. வழக்கம்போல அப்பாடலை எந்த இதழிலும் வெளியிடவோ நண்பர்களிடம் பகிர்ந்துகொள்ளவோ தங்கப்பா விழையவில்லை.

> மலையுச்சி மீதினிலே நீஓர் ஆல
> மரமாக நிற்கவேண்டும் என்பதில்லை
> இலையடர்ந்த சிறுபுதராய் அந்தக் குன்றின்
> இறக்கத்தில் நீ வளர்ந்தால் போதும், ஆனால்
> புதரெனினும் நீசிறந்த புதராய், பாடும்
> புனலோடை அருகினிலே திகழ வேண்டும்
> அதுபோதும்! மரமாகாவிட்டால் என்ன?
> அழகியதோர் சிறுசெடியாய்ப் பொலிவாய் நீயே
>
> செடியாக நீவளராவிட்டால் கூட
> சிறுபுல்லாய் நின்றிடுவாய், வழியின் ஓரம்
> துடியாக நீசிரித்து வழிப்போவோர்க்கு
> துளிமகிழ்ச்சி ஈந்தாலும் பெருமை தானே

இனிய நறுமலராய் நீ இல்லையேனும்
ஏரியிலார் கயல்மீனாய் ஒளிர்வாய், ஆனால்
உனையெவரும் விஞ்சாமல் கயல்களூடே
ஒப்பில்லாக் கயலாய்நீ சிறத்தல் வேண்டும்

எல்லோரும் தலைவர்களாய் ஆகிவிட்டால்
எளியபல பணிபுரிய யார் இங்குள்ளார்?
அவ்வவர்க்கும் செய்வதற்கு வேலை உண்டே
அரும்பணியோடு எளிய பணி இரண்டும் வேண்டும்
உலகளவும் நெடுஞ்சாலை தானா மேன்மை?
ஒற்றையடிப் பாதையும்தான் அழகே அன்றோ?
இலகிடுசெங்கதிரவன்தான் உயர்வா? விண்ணில்
இரவுவரு விண்மீனும் அழகுதானே?

உடற்பருமன் பொறுத்ததுவா வெற்றி தோல்வி?
உள்ளத்தின் மேன்மைதான் உனக்கு வேண்டும்.
எதுவாய் நீ இருந்தாலும் நன்றே, ஆனால்
யாதிலும்நீ சிறந்தவனாய் வாழுவாயே

மொழிபெயர்ப்புக்கென பாடல்களைத் தேர்ந்தெடுக்க தங்கப்பா பின்பற்றிய அளவுகோலை வகைப்படுத்துவது எளிது. ஒரு பாடலை படிக்கும்போதே, அப்பாடலில் ஈர்க்கும்வகையில் அமைந்திருக்கும் கற்பனை அல்லது கருத்தோட்டம் அல்லது அனுபவச்சித்தரிப்பு என ஏதோ ஒன்று தன்னை அப்படியே இழுத்து அமிழ்த்தவேண்டும் என்பதுதான் தங்கப்பாவின் முதன்மையான எதிர்பார்ப்பு. அக்கணத்தில் அவர் மனம் பெறும் எழுச்சியும் தூண்டுதலும் தானாகவே அவரை மொழிபெயர்ப்பின் திசையில் இழுத்துச் சென்றுவிடும். அது நிகழாத வரைக்கும் அவர் எதற்கும் அசைந்துகொடுப்பதில்லை.

தங்கப்பாவோடு நெருங்கிப் பழகிய கோவேந்தன், ஆ.இரா.வேங்கடாசலபதி போன்ற ஒருசில நண்பர்கள் மட்டுமே அவருடைய படைப்பாக்க விதத்தை உணர்ந்திருந்தனர். அதனாலேயே அவராகவே எழுதிமுடிக்கும் வரைக்கும் அல்லது மொழிபெயர்த்து முடிக்கும் வரைக்கும் அவர்கள் காத்திருந்தனர். மொழிபெயர்ப்புக்குப் பொருத்தமானவை என சில சிறந்த படைப்புகளை தங்கப்பாவுடைய கவனத்துக்குக் கொண்டுசென்றார்களே தவிர, ஒருபோதும் அவரைக் கட்டாயப்படுத்தியதில்லை. அதனாலேயே ஒரு மொழிபெயர்ப்புக்கு பல மாதங்களோ அல்லது ஆண்டுகளோ காத்திருக்கவேண்டியிருந்தது.

1959இல் பழகத் தொடங்கிய காலத்திலிருந்தே தங்கப்பாவிடம் சங்கப்பாடல்களை மொழிபெயர்க்கும்படி கோவேந்தன் தூண்டியபடியே இருந்தார். தங்கப்பாவுக்குமே அழகான வாழ்க்கைத்தருணங்களை

முன்வைத்திருக்கும் சிற்சில சங்கப்பாடல்களை மட்டும் தனியே தொகுத்து மொழிபெயர்க்கும் ஆவலும் இருந்தது. அவ்வப்போது சில பாடல்களை மொழிபெயர்க்கவும் செய்தார். தென்மொழி இதழில் அவருடைய மொழி பெயர்ப்புக்கு நல்ல வரவேற்பும் கிடைத்தது. ஆயினும் அவர் நினைத்த அளவுக்கு ஒரு தொகுப்பாக மொழிபெயர்த்து முடிப்பதற்கும் செம்மைப் படுத்துவதற்கும் ஆறேழு ஆண்டுகளுக்கும் மேலாகிவிட்டது. ஆனால் நூலாக வெளியிட எந்தப் பதிப்பகமும் ஆர்வம் காட்டாத நிலையில் அம்மொழிபெயர்ப்புத்தொகுதி மேலும் சில ஆண்டுகள் பெட்டியிலேயே கிடந்தது. ஒருவழியாக தன் சொந்தச் செலவிலேயே தங்கப்பா 1970இல் Hues and Harmonies from an ancient land என்னும் தலைப்பில் அத்தொகுதியை வெளியிட்டார்.

தமிழிலிருந்து ஆங்கிலத்தில் மொழிபெயர்க்கவேண்டும் என தூண்டியதுபோலவே, கோவேந்தன் ஆங்கிலத்திலிருந்து தமிழில் மொழிபெயர்ப்பதற்குப் பொருத்தமான சில பாடல் தொகுதிகளையும் அவ்வப்போது தங்கப்பாவிடம் கொடுத்தார். உருசிய நாட்டில் அவார் மொழியில் இரசூல் கம்சுதேவ் என்னும் பாவலர் எழுதிய தொகுதியும் அவற்றில் ஒன்று. தங்கப்பா அத்தொகுதியை தயக்கத்தோடுதான் படிக்கத் தொடங்கினார். ஆயினும் ஒருசில பாடல்களைக் கடந்ததுமே அவர் எண்ணம் மாறிவிட்டது. கோவேந்தன் கொண்டுவந்து கொடுத்த மற்ற பாடல் தொகுதிகள் கொடுக்காத மனநிறைவை இரசூல் கம்சுதேவின் பாடல்கள் கொடுப்பதை அவர் உணர்ந்தார். ஆங்கிலத்தில் மொழி பெயர்க்கப்பட்டு அத்தொகுதி உருசிய நாட்டிலிருந்து வந்திருந்த போதும், அப்பாடல்களில் தமிழின் தனிப்பாடல் திரட்டில் காணப்படும் பாடல்களின் சாரமும் தெளிவும் சுருக்கமும் கலந்திருப்பதை அவர் உணர்ந்தார். அக்கணத்தில் அவர் மனத்தில் வேகம் திரண்டு வந்தது. அன்றே ஒரு பாடலை மொழிபெயர்த்தார்.

ஊரூராக நடந்து சென்று யாழிசைத்து பாட்டு பாடி வயிறுவளர்க்கும் பெண்ணொருத்தி பாடுவதாக அமைந்த பாடல் அவரை மிகவும் கவர்ந்தது. அவளுடைய இசை அவள் ஆழ்மனத்தில் நிறைந்திருக்கும் துயரத்தின் இசை. எல்லா நாட்டிலும் பாடிப் பிழைக்கும் பெண்கள் இருக்கிறார்கள். எல்லாப் பெண்களும் ஏதோ ஒருவகையில் துயரத்தில் மூழ்கியவர்களாக இருக்கிறார்கள். தனியுரை அமைப்பில் அமைந்திருக்கும் அப்பாடல் உருகவைக்கிறது. இப்பாடலுக்கு பாடினி என்ற தலைப்பைச் சூட்டி, இப்பாட்டுக்கு தமிழின் சங்ககாலப் பாட்டின் சாயலை அளித்தார் தங்கப்பா.

அறியாப் பருவத்து எங்களை விடுத்தே
ஒருநாள் என்றன் தந்தை இறந்தார்
நிலவெழும் இரவில் நெஞ்சைப் பிழிந்து
தாலாட்டாக்கி என் தாய் எனக்கு இசைத்தாள்
அத்தாலாட்டும் அழுகையில் முடிந்ததே

எனைக்காதலித்தோன் இனியன் என்றிருந்தேன்
அவனின் மணமகள் ஆகத் துடித்தேன்
உளமிலான் கைவிட்டு ஓடினான் ஒருநாள்
தொலைந்தான் கொடியவன், தொலைந்ததும் நன்றே
என்றனள் என் தாய், இருந்தழுதனளே

என்செய்வேன் ஏழை, யாழினைத் தூக்கி
குன்றூர் தோறும் கூட்டிசை பயின்றேன்
அழகுடன் துவள ஆடிப் பாடினேன்
பாடிடும் என்னைப் பார்த்தனள் என் தாய்
பார்த்துப் பார்த்துப் பிரிந்தழுதனளே

அண்மையில் என்றன் அன்னையும் இறந்தாள்
துன்பச் சுமை என் நெஞ்சை அழுத்த,
கருந்துணி, போர்த்து கவிழ்ந்த முகத்துடன்
விடியும் அளவும் விழிகள் மூடிலேன்
அடங்காத் துயரால் அழுதிருந்தேனே.

இரசூல் கம்சுதேவின் தனியுரைப்பாடல்கள் அனைத்துமே நெஞ்சின் ஆழத்திலிருந்து பீறிட்டெழும் குரல்களைக் கொண்டவை.

உறங்குகையில் கனவொன்று கண்டேன், நெஞ்சில்
உவகையினை விளைத்தது! கூறுகின்றேன்
பிறங்கிய என் பாட்டொன்றின் அழகு கண்டு
பிழைத்தெழுந்தார் புதைபட்ட என்றன் தந்தை

வியப்புமிகு என் பாட்டைக் கேட்டார், பின்னர்
விளம்பலுற்றார் தம்பாட்டை, அதனைக் கேட்டு
மயக்கமுறும் இறப்புலகினின்றும் மெல்ல
மகமதுவின் ஆவியதும் எழுந்ததன்றே

மகமதுவும் தம்மினிய பாடல் தன்னை
மனமினிக்கப் பாடலுற்றார், அதனைக் கேட்டு
மிகமுதிய புலவர்களும் பிழைத்தெழுந்தார்
விடியுமட்டும் தம்பாடல் இசைக்கலானார்

இளம்புலவ, எனக்குப்பின் வாழ்பவன்நீ
யான் இறந்து புதைந்தபின்னும் உன்றன் பாட்டால்
களிதுளும்ப நீயும் எனை எழுப்புவாயா?
கவலைமறந்து இளைப்பாறச் செய்குவாயா?

அடுத்த தலைமுறையிடம் ஒருவன் விடுக்கும் கோரிக்கையாக அமைந்திருக்கும் குரல், அப்பாடலைப் படிக்கும் ஒவ்வொருவருடைய நெஞ்சிலும் எதிரொலிக்கும்.

நடுங்குகின்ற பனிக்குளிரில் காட்டின் ஊடே
நாள்முழுதும் சேர்ந்தலைந்து திரிந்தோம் என்றன்
அடிச்சுவடு பனிமுழுதும் பதிந்திருக்க
அன்பா, உன் அடிச்சுவட்டைக் காண்கிலேனே

உன் இனிய பாடல்களை இம்மரங்கள்
ஒருநொடிமுன் எதிரொலித்தது, உண்மை அன்றோ
உன் விரல்கள் விறைப்படைய என் கை கொண்டே
உராய்ந்தவற்றைத் தேய்த்ததுவும் உண்மை அன்றோ!

மரத்தின் பின் நீ ஓடி நின்றுகொண்டே
வா, பிடி என்று அழைத்தாயே, அதுவும் பொய்யா?
கருத்தழியச் செய்தவன் நீ அல்லையென்றால்
களிதளும்ப என் பாட்டைக் கேட்டதாரோ?

சிரித்தாய்நீ, பொய்யாமோ, எனைச்சினந்து
சீறினை நீ! என் பிழையை இடித்துரையாய்
திருத்தி என்றன் உளம் குழைவித்து ஆட்கொண்டாய் நீ
செய்ததெலாம் நீஇலையேல், வேறார் சொல்வாய்?

இருவராக இருந்தனர் என்பது உண்மை. ஒருவனே எஞ்சியிருக்கிறான் என்பதும் உண்மை. இரு உண்மைகளுக்கும் இடையில் ஊடாடி நிற்கிறது வாழ்க்கையின் புதிர். ஒரு புதிரான அனுபவத்தை விவரிக்கும் கம்சுதேவின் மற்றொரு பாடலை தங்கப்பா அப்புதிரின் அழுத்தம் அணுவளவும் குறைந்துவிடாதபடி செறிவுற மொழிபெயர்த்தார்.

கம்சுதேவின் பாடல்களால் ஏற்கனவே ஆட்கொள்ளப்பட்டவர் கோவேந்தன். தங்கப்பாவின் மொழிபெயர்ப்பில் அதே பாடல்களைக் கேட்கக்கேட்க கம்சுதேவின் பாடல்கள் மீது அவர் கொண்டிருந்த மதிப்பும் ஈடுபாடும் மிகுந்தன. அதனால் கம்சுதேவின் பாடல்களை மொழி பெயர்க்கும் முயற்சியில் தங்கப்பா ஈடுபட்டிருக்கும்போதே கோவேந்தனும் தனக்குப் பிடித்த வேறு சில பாடல்களை அடுத்தடுத்து மொழிபெயர்க்கத் தொடங்கினார். தான் மொழிபெயர்த்த பாடல்களை தங்கப்பாவைச் சந்திக்க வந்த தருணத்தில் படித்துக் காட்டினார். இவ்வாறு ஒவ்வொரு சந்திப்பிலும் இருவரும் கம்சுதேவின் பாடல்களைப் படித்துப் பகிர்ந்துகொண்டனர். ஒன்றிரண்டு ஆண்டுகளில் இருவரும் சேர்ந்து அறுபதுக்கும் மேற்பட்ட பாடல்களை மொழிபெயர்த்து முடித்தனர். ஆனால் அந்தக் காலத்தில் மரபுப்பாடல்களின் தொகுதியையே புத்தகவடிவில் கொண்டுவருவது

அவ்வளவு எளிதான செயலல்ல. அதுவும் மரபுப்பாடல் வடிவத்தில் அமைந்த மொழிபெயர்ப்புப் பாடல்களை ஒரு தொகுதியாக வெளியிடுவது சாத்தியமற்றதாக இருந்தது. ஆயினும் கோவேந்தனின் இடைவிடாத முயற்சியால் 1980இல் இரசூல் கம்சுதேவ் பாடல்கள் நூல்வடிவம் பெற்றது.

கம்சுதேவின் பாடல்களை மொழிபெயர்த்துவரும்போதே வோர்ட்ஸ் வொர்த், தாமஸ் ஹார்டி, தாமஸ் க்ரே, ஷெல்லி, டென்னிசன், ஆலிவர் கோல்ட்ஸ்மித், கீட்ஸ் ஆகிய ஆங்கிலப் பாவலர்களின் பாடல்களையும் சில ஆப்பிரிக்கப் பாவலர்களின் பாடல் தொகுதிகளையும் படித்துவந்தார் தங்கப்பா. அத்தொகுதிகளிலிருந்து தமக்குப் பிடித்த பாடல்களை அவ்வப்போது மொழிபெயர்க்கவும் செய்தார். வழக்கம்போல அவருடைய உற்ற நண்பரான கோவேந்தனுடன் அந்த மொழிபெயர்ப்புப்பாடல்களைப் பகிர்ந்துகொண்டதோடு சரி, அப்பாடல்கள் அவருடைய பாடல் சுவடியிலேயே முடங்கியிருந்தன. ஏறத்தாழ நாற்பதாண்டுகளுக்குப் பிறகே 2003இல் அப்பாடல்களைத் திரட்டி 'கனவுகள்' என்னும் தலைப்பில் ஒரு தொகுதியாக வெளியிட்டார் தங்கப்பா.

மொழிபெயர்க்கப்பட்ட பாவல்ர்கள் அனைவரும் நவீன யுகத்துக்கு முந்தைய காலத்தைச் சேர்ந்தவர்கள். அழகின் வழியே இயற்கையையும் இயற்கையின் வழியே இறைவனையும் தரிசிக்கும் ஆசையும் ஆற்றலும் மிகுந்தவர்கள் அவர்கள். அழகான ஒரு மலரைப் பாடினாலும் தும்பியைப் பாடினாலும் இயற்கையின் தரிசனத்தை மானுடர்க்கு நுட்பமாகச் சுட்டிக் காட்டும் புள்ளிகளாக அவற்றை மாற்றிவிடும் வலிமை மிகுந்தவர்கள். அப்பாடல்களின் மூல வடிவத்தில் படிந்திருந்த அதே பரவசத்தோடும் துடிப்போடும் எழுச்சியோடும் தமிழிலும் முன்வைத்திருக்கும் தங்கப்பாவின் சொல்லாட்சித் திறமை பாராட்டுக்குரிய ஒன்றாகும்.

இம்மொழிபெயர்ப்புத் தொகுதியில் இடம்பெற்றுள்ள தாமஸ் ஹார்டியின் 'வாலாட்டிக்குருவியும் குழந்தையும்' என்ற பாடல் மிக முக்கியமான ஒன்றாகும். மொத்தத் தொகுப்பின் தொனிப்பொருளைப் பிரதிநிதித்துவப்படுத்தும் கவிதையாக இதைக்கொள்வதில் தவறில்லை. மிக எளிய சித்தரிப்புத்தன்மையை உடைய இப்பாடல் முடியும் போது உருவாகும் மனஅலைகள் எளிதில் அடங்குவதில்லை.பாடலில் ஒரு வாய்க்கால் இடம்பெறுகிறது. ஒருபுறம் ஒரு குழந்தை வேடிக்கை பார்க்கிறது. மறுபுறம் வாலாட்டிக்குருவியொன்று உட்கார்ந்திருக்கிறது. முதலில் அந்த வாய்க்கால் வழியாக ஒரு முரட்டுக்காளை செல்கிறது. காட்சியில் எந்தவிதமான சலனமும் இல்லை. இரண்டாவதாக அவ்வாய்க்கால் வழியாக ஒரு குதிரை செல்கிறது. அப்போதும் காட்சியில் எவ்விதமான சலனமும் இல்லை. மூன்றாவதாக நாயொன்று வருகிறது.

அப்போதும் அக்காட்சியில் எவ்விதமான மாற்றமும் நேர்வதில்லை. இறுதியாக ஒரு மனிதன் வருகிறான். சட்டென காட்சியில் சலனமெழுகிறது. பயத்துடனும் பதற்றத்துடனும் குருவி பறந்து விடுகிறது. இவ்வளவுதான் விவரணை. இவ்விவரங்கள் வழியாக உருவாகும் மனச்சித்திரத்தில் கவிதை உன்னதம் எய்துகிறது. விலங்குகள் இயற்கையோடும் காற்றோடும் சேற்றோடும் பயிர்பச்சைகளோடும் மாறாத உறவுகொண்டு நடமாடுகின்றன. ஒன்றின் வரவை மற்றொன்று அறிந்தாலும் அச்சம் கொள்வதில்லை. அவற்றிடையே இயங்கும் சமன்பாட்டில் எந்தவிதமான குழப்பமும் இல்லை. குழந்தையைக்கூட அவை மனத்தளவில் எவ்விதமான வேறுபாடும் பாராட்டாமல் ஏற்றுக்கொள்கின்றன. ஆனால் அவை ஏற்கத்தயங்கி அஞ்சி ஒதுங்குவது மனிதர்களை மட்டுமே.

இயற்கையின் படைப்பில் மனிதர்களும் விலங்குகளும் குழந்தைகளே. ஆனால் ஒரு குழந்தையைக் கண்டு மற்றொரு குழந்தை ஏன் அஞ்சவேண்டும்? அதுதான் நம் துயரங்கள் அனைத்துக்குமான காரணப்புள்ளி. மனிதன் தன்னைச்சுற்றியுள்ள எல்லாவற்றைக் காட்டிலும் மேலானவனாகவும் வலிமையானவனாகவும் தன்னை நினைத்துக் கொள்கிறான். அன்போடும் அனுசரணையோடும் அணுகவேண்டிய இயற்கையை வென்றெடுக்க வேண்டிய ஒரு கோட்டையாக எண்ணி விடுகிறான். வெற்றிக்கொடி நாட்டி எல்லாவற்றையும் தன் ஆட்சியின் கீழ் கொண்டுவர எண்ணுகிறான். அரவணைத்தல் அல்ல, அடிமைப்படுத்துவதே அவன் இயல்பாகிறது. முதலில் இயற்கையை நுகர்கிறவனாக இருக்கிற மனிதன், ஆசையின் காரணமாக அதை அடிமைப்படுத்துகிறான். பின்னர் பேராசையின் காரணமாக அதை நாசப்படுத்திச் சிதைக்கிறான். உச்சியில் தன் வெற்றிக்கொடி பட்டொளிவிசிப் பறக்கவேண்டும் என்கிற வெறியில் காலடி மண்ணையும் சிதைத்துப் பள்ளமாக்குகிறான். தன் தாயின் இதயத்தையே அறுத்து எடுக்கிற வெறிகொண்ட பிள்ளையைப்போல இயற்கையைக் குலைக்கவும் தயங்காதவனாகிறான். தாயின் இதயகீதத்தைக் கேட்க அவனுக்குக் காதுகளில்லை. அவள் கண்களில் ஒளிரும் தரிசனக்காட்சியைக் காணக் கண்களுமில்லை. மாறாக, எல்லாமே வெற்றிகொள்ளத்தக்க கோட்டைகளாகவே தென்படுகின்றன. தன் மீட்சிக்கான பாதை மிக அருகிலேயே இருந்தும் அதைக் காணவியலாத மனிதன் தன் அழிவுப் பாதையைத் தானே தேடிக்கொள்கிறான் என்பதே இயற்கையுகப் பாவலர்கள் அனைவரும் இவ்வுலகத்துக்கு விடுத்துச் சென்றிருக்கும் ஒட்டுமொத்தமான செய்தி. தங்கப்பாவின் சொந்தக் கவிதைகளின் உள்ளடக்கத்தைப்போலவே அவர் தேர்ந்தெடுத்திருக்கும் மொழிபெயர்ப்புக் கவிதைகளும் அமைந்திருப்பதைச் சிறப்பான ஒற்றுமையாகச் சொல்லவேண்டும்.

இத்தொகுப்பின் முக்கியமான இன்னொரு பகுதி தாகூரின் கதையொன்றை அடிப்படையாகக்கொண்டு தங்கப்பா யாத்துள்ள ‘வெற்றிஓசை ’ என்கிற பாட்டு வடிவ நாடகப் பிரதியாகும். அங்கதச் சுவை மிகுந்த இந்த நாடகம் அரசு எந்திரத்தின் அபத்தமும் அலங்கோலமும் நிறைந்த திட்டமுறைகளைக் கிண்டல்களுடன் முன்வைக்கிறது. கிளிக்கும் பாடக் கற்றுக்கொடுக்கும் முயற்சி படிக்கக் கற்பிக்கும் முயற்சியாக மாறுவதும் பிறகு நூல்களைக் கரைத்துக் குடிப்பாட்டும் முயற்சியாக மாறுவதும் நகைச்சுவை ததும்ப எழுதப்பட்டுள்ளன. இறுதியில் தொண்டை அடைத்த கிளியைக் காட்டி அறிவின் ஆழ்ந்த அமைதிநிலை என்று அதிகாரிகள் உரைத்து முழக்கமிடும் போது கிண்டல் உச்சம் பெறுகிறது. நுண்ணுணர்வில்லாத ஆட்சியில் நடைபெறும் அபத்தக் கோலங்களை உணரும் விதத்தில் ஒவ்வொரு வரியும் அமைந்திருக்கிறது.

எட்டுத்தொகை நூல்களிலிருந்து அகத்துறை சார்ந்தும் புறத்துறை சார்ந்தும் தங்கப்பா இருநூறுக்கும் மேற்பட்ட பாடல்களைத் தேர்ந்தெடுத்து ஆங்கிலத்தில் மொழிபெயர்த்தார். பல ஆண்டுகள் அப்பாடல்களை அவர் தன் கோப்பிலேயே வைத்திருந்தார். அவ்வப்போது தன் மனநிலைக்கு உகந்த வகையில் சிற்சில பாடல்களைப் பிரித்துப் படித்து, சொற்களில் தேவையான திருத்தங்களைச் செய்வதும் மொழிநடையை மேம்படுத்தி எளிதாக்குவதுமாக இருந்தார். தங்கப்பாவின் நட்புவட்டத்துக்குள் ஆ.இரா.வேங்கடாசலபதி வந்த பிறகே தங்கப்பாவின் முயற்சியில் சற்றே வேகம் பெருகியது. உலகெங்கும் உள்ள இலக்கிய வாசகர்கள் தமிழ்ப்பாடல்களின் சிறப்பை அறிந்துகொள்வதற்கு அத்தொகுதி மிகவும் உதவியாக இருக்குமென அவர் நினைத்தார். அதனால் உலகப்புகழ் வாய்ந்த பதிப்பகமொன்றின் வழியாக அத்தொகுதியைக் கொண்டுவரும் முயற்சியில் இறங்கினார். பல படிகள் எடுத்து பல பதிப்பகங்களுக்கு அனுப்பி இடைவிடாமல் முயற்சி செய்தார். ஏறத்தாழ இருபதாண்டுகளுக்கும் மேலாக ஆ.இரா.வேங்கடாசலபதி எடுத்துக்கொண்ட தொடர் முயற்சியின் விளைவாக பெங்குவின் பதிப்பகம் LOVE STANDS ALONE என்னும் தலைப்பில் 2010இல் அத்தொகுதியை வெளியிட்டது. தொடக்க காலத்திலிருந்தே தங்கப்பாவை மொழிபெயர்ப்பின் திசையில் செலுத்திவந்த நண்பர் கோவேந்தன் அப்புத்தகம் வெளிவரும் முன்பேயே இயற்கையெய்திவிட்டார். அத்தொகுதிக்கு உலக அளவில் நல்லதொரு வரவேற்பும் உரிய கவனமும் கிடைத்தன. அதைத் தொடர்ந்து பெங்குவின் பதிப்பகம் தங்கப்பா மொழிபெயர்த்த முத்தொள்ளாயிரப் பாடல்கள் RED LILLIES AND FRIGHTENED BIRDS என்னும் தலைப்பில் அழகியதொரு தொகுதியாக 2013இல் வெளியிட்டது.

உலக அளவில் மிகச்சிறந்த மொழிபெயர்ப்பாளர் என்னும் பெருமையை இவ்விரு தொகுதிகளும் தங்கப்பாவுக்குக் கிடைக்கச் செய்தன. LOVE STANDS ALONE தொகுதியின் வழியாக 2012இல் சாகித்ய அகாதெமி வழங்கும் சிறந்த மொழிபெயர்ப்பாளருக்கு உரிய விருதையும் தங்கப்பா பெற்றார்.

***

# 8. தங்கப்பாவின் இயற்கைப்பாடல்கள் – ஓர் இலட்சியக்கனவு

புதுச்சேரியில் தங்கியிருந்த காலத்தில் பாரதியார் எழுதிய பாடல்களில் ஒன்று 'பிள்ளைப் பிராயத்திலே'. கல்வியின் மீதான நாட்டமும் பற்றும்தான் அப்பாடலின் பேசுபொருள். பாரதியார் அதை சரஸ்வதி காதலாக மாற்றுகிறார். பிள்ளைப் பருவத்தில் கல்விமீது கொண்ட ஈடுபாட்டை பெண்மையின் மீது உருவாகும் மையலாக உருமாற்றி, ஒவ்வொரு கட்டத்திலும் பெருகும் விருப்பங்களையெல்லாம் அடுக்கிக்கொண்டே செல்கிறார். அந்த அழகியல் அடுக்கு பாரதியாருக்கு கைவந்த கலை. சரஸ்வதி காதலைப்போலவே லட்சுமி காதலையும் காளி காதலையும் முன்வைத்து மூன்று பகுதிகளாக அப்பாடலை பாரதியார் எழுதியிருக்கிறார். அந்த அழகியல் அடுக்குமுறையை, பாரதியார் தமிழ்மொழிக்கு வழங்கிய சிறப்புக்கொடை என்று சொல்லலாம்.

பாரதியார் மட்டுமல்ல, மிகச்சிறந்த ஒவ்வொரு பாவலரும் தம் பாட்டுமொழியில் தமக்கே உரிய தனித்தன்மை மிக்க அழகியல் அடுக்கு முறையை முன்வைத்திருக்கிறார்கள். அந்த அழகியல் அடுக்குமுறையே அவர்களுடைய அடையாளமாக காலம்காலமாக நிலைத்திருக்கிறது. அழகியல் அடுக்குமுறை வழியாக காலம்தோறும் மொழியின் அழகியல் எல்லைகள் விரிவடைந்தபடி செல்கின்றன.

"ஆடையின்றி வாடையின் மெலிந்து கையது கொண்டு மெய்யது பொத்தி காலது கொண்டு மேலது தழீஇப் பேழையுள் இருக்கும் பாம்பென உயிர்க்கும் ஏழையாளனைக் கண்டனம் எனுமே" என்ற அழகியல் அடுக்குமுறை வழியாகவே சத்திமுத்தப்புலவரின் நாரைவிடு தூது இன்றளவும் நம் நினைவில் நீடித்திருக்கிறது. "வெள்ளெருக்கஞ் சடைமுடியான் வெற்பெடுத்த திருமேனி மேலும் கீழும் எள்ளிருக்கும் இடமின்றி உயிரிருக்கும் இடம்நாடி இழைத்தவாறோ கள்ளிருக்கும் மலர்க்கூந்தல் சானகியை மனச்சிறையில் கரந்த காதல் உள்ளிருக்கும் எனக்கருதி உடல்புகுந்து தடவியதோ ஒருவன் வாளி" என்பதுபோன்ற நூற்றுக்கணக்கான அழகியல் அடுக்குமுறை வழியாகவே கம்பரின் ஆளுமை நினைக்கப்படுகிறது. கானல் வரி பாடல்களிலும் ஆய்ச்சியர் குரவை பாடல்களிலும் வழக்குரை காதையிலும் காணப்படும் அழகியல் அடுக்குமுறை படிக்கும்தோறும் மெய்ச்சிலிர்க்கவைக்கிறது.

அழகியல் அடுக்குமுறைகளின் வழியாக நம் காலத்தில் என்றென்றும் நினைக்கத்தக்க பாவலர் தங்கப்பா. செவ்வியல் இலக்கியங்களில் மனம் தோய்ந்தவர் அவர். தொடக்கக்காலத்தில் அதன் செல்வாக்கு அவருடைய படைப்புகளில் தெளிவாகவே காணக்

கிடைக்கிறது. மொழிதல் முறையில் மட்டுமே அதன் சாயல் தெரிகிறது. ஆனால் பாத்தருணங்கள் அவருக்கே உரியவை. அடுத்தடுத்து வந்த தொகுப்புகளில் அந்தச் சாயலையும் அவர் முற்றிலும் கடந்துவிட்டார். அவருடைய பாமொழி தனித்தன்மையுடன் வெளிப்படத் தொடங்கியது. தன் அழகியல் அடுக்குமுறையால் தன் பாமொழியை மேலும் மேலும் செழுமைப்படுத்தியபடியே சென்றார் தங்கப்பா.

அவருடைய பாடல்களை இரண்டு பெரும்பிரிவுகளாக வகுத்துக் கொள்ளலாம் என்று தோன்றுகிறது. ஒரு பிரிவில் அவருடைய கண்கள் கண்டெடுத்த அபூர்வமான காட்சிச் சித்தரிப்புகள். அழகும் கற்பனையும் கொண்டவை. இரண்டாவது பிரிவில் அவருடைய ஏக்கம், கனவு, வேட்கை, துயரம், சலிப்பு, சீற்றம் என்பவைபோன்ற ஆழ்மன உணர்வுகளின் பதிவுகள். லயம் மிக்க சொல்லிணைவுகளும் வேகமும் கொண்டவை. இரு பிரிவுகளிலும் மையம் வேறுபடுகிறதே தவிர, பாடலின் விசையில் வேறுபாடில்லை. அழகியல் அடுக்குகளே அற்ற பாடலில் கூட விசையில் குறைவில்லை.

அழகியல் அடுக்குமுறை ஒரு பாட்டுத் தருணத்தை மேலும்மேலும் பொலிவுறச் செய்கிறது. மேலும்மேலும் கூர்மைகொள்ளச் செய்கிறது. தங்கத்தை உருக்கி அச்சில் வார்த்து பளிச்சென ஒளிகொள்ளும் நகைகளாக மாற்றுகிறது. ஒவ்வொரு அடுக்குமுறையின்போதும் மொழி தன்னைத்தானே புதுப்பித்துக்கொள்கிறது.

அடிப்படையில், ஒரு மொழிக்கு, அதற்கேயுரிய தர்க்கக்கட்டமைப்பு உண்டு. ஆனால் அழகியல் அடுக்குமுறை எவ்விதத்திலும் அந்தத் தர்க்கக் கட்டமைப்புக்கு உட்பட்டதல்ல. மாறாக, அழகியலுக்கே உரிய தர்க்கமுறைக்கு மட்டுமே அந்த அடுக்குமுறை கட்டுப்பட்டதாகும்.

'உன்னை நிரப்பிவைப்பேன்' என்னும் பாடல் தங்கப்பாவின் தொடக்கக்காலப் பாடல்களில் ஒன்று.

மண்ணில் கிடக்குமோர் சுள்ளியை நான் ஒரு
வானவில் ஆக்கிவைப்பேன் - உன்றன்
கண்ணில் உறுத்திடும் காட்சியை மின்னும்
கனவுகளாய்ப் படைப்பேன்
புல்லின் நுனிப்பனி தன்னை அடுக்கியே
பொற்கம்பியில் தொடுப்பேன் - கருங்
கல்லினை காலில் மிதிப்பவர் ஆயினும்
கண்டு தொழ வடிப்பேன்
கன்னங் கருங்கரித் துண்டையும் பொன்னின்
கனற்பிழம்பு ஆக்கிவைப்பேன் - ஒரு
சின்னஞ்சிறு சுண்ணக்கட்டியுள் ஆயிரம்

சித்திரம் காட்டி நிற்பேன்
தேங்கு தெருப்புனல் நான் அள்ளித் தந்திடின்
தேன்சுவை போல் இனிக்கும் - ஒரு
மூங்கைக் குரல் கருங்காக்கையும் என் கையில்
முல்லையம் பண்மிழற்றும்
புழுதியை அள்ளிமுன் நீட்டுவேன்; சந்தனம்
போல மணங்கமழும் - நீ
பழுதென வீசி எறிந்ததை நான் தொட
பளபளப்பாய்த் திகழும்
மண்ணில் நெளியும் உன் உள்ளம் அளித்திடு
வான்சுடர் ஏற்றிவைப்பேன் - அன்பின்
உண்மை கமழ்தெய்வப் பண்கள் ததும்பிட
உன்னை நிரப்பிவைப்பேன்

தங்கப்பாவின் பாடல்களில் முதன்மையான பாடல் இது. இதில் உள்ள தர்க்கம் நடைமுறைச்சாத்தியத்தை அடிப்படையாகக் கொண்டதல்ல. புத்தம்புதிய அழகியல் அடுக்குமுறையால் கனவுநிலையில் அருவியென தானாகப் பொங்கிப் பெருகும் தர்க்கம். கனவின் வழியாக அவர் கண்டடையும் தர்க்கம். கொதிநிலையில் பாத்திரத்திலிருந்து பொங்கி வழியும் பாலென கிட்டத்தட்ட ஒரு பித்துநிலையில் ஒவ்வொரு சொல்லும் பொங்கி வழிகிறது. அவருடைய தர்க்கம் குழந்தைமையும் நம்பிக்கையும் கலந்தது.

ஒரு நாட்டுப்புறக்கதை நினைவுக்கு வருகிறது. ஓர் ஊரில் மாடு மேய்க்கிற ஒரு சிறுவன் வசிக்கிறான். ஒவ்வொரு நாளும் மாடுகளை அழைத்துச் சென்று ஏரிக்கரையோரம் மேயவிட்ட பிறகு புல்வெளியில் விளையாடி பொழுதுபோக்குவான். மரங்களில் ஏறி அமர்ந்து வானத்தையும் மேகத்தையும் வேடிக்கை பார்ப்பான். ஏராளமான கிளிகள் பறந்துவந்து அமரும் இடம் அது. ஒரு இலையைத் தொடுவதுபோல அவன் ஒவ்வொரு கிளியையும் தொட்டு வருடிக் கொடுப்பான். கிளிகளும் அவனை ஒரு மனித உயிராகவே நினைப்பதில்லை. மரத்தில் உள்ள கிளைகளில் ஒரு கிளையாகவே அவனை நினைத்து, அவன் தலைமீதும் தோள்மீதும் சுதந்திரமாக உட்கார்ந்து விளையாடும். கிளிகளுக்கும் அவனுக்கும் இடையில் நல்ல இணக்கமானதொரு உறவு நிலவியது. ஊரே அதைப் பார்த்து ஆச்சரியம் கொள்கிறது.

ஒருநாள் அந்த ஊரில் வசிக்கும் பணக்காரன் அச்சிறுவனை அழைத்துவரச் செய்கிறான். பணக்காரனுடைய மகள் ஒரு கிளி வளர்க்க வேண்டும் என ஆசைகொள்கிறாள். அவளுக்காக ஒரு கிளியைப் பிடித்து வந்து கொடுக்குமாறு பணக்காரன் சிறுவனிடம் கட்டளையிடுகிறான். பணக்காரனின் ஆதரவில்லாமல் யாரும் அந்த ஊரில் வசிக்கமுடியாது

என்பதால் ஒருவரும் அவன் பேச்சுக்கு எதிர்ப்பேச்சு சொல்வதே இல்லை. பணக்காரனின் கட்டளை சிறுவனை ஒரு நெருக்கடியில் தள்ளிவிடுகிறது. அது முறையல்ல என்றும் தன்னால் முடியாது என்றும் எவ்வளவோ எடுத்துச் சொல்லி மன்றாடுகிறான் சிறுவன்,. ஆனால் பணக்காரன் தனக்கு கிளி வேண்டும் என்பதில் பிடிவாதமாக இருக்கிறான். அடுத்த நாள் மாலை கிளியோடு வந்து சந்திக்கும்படி மீண்டும் கட்டளையிட்டு, அவனை வெளியே அனுப்பிவிடுகிறான். இரவு முழுதும் தூக்கமின்றி தவிக்கிறான் சிறுவன். தன் சொந்த நலத்துக்காக கிளியைப் பிடிப்பது என்பதையே அவனால் ஏற்றுக்கொள்ளவே முடியவில்லை.

மறுநாள் காலை மாடுகளை ஓட்டிக்கொண்டு ஏரிக்கரைக்குச் செல்லும்போது அவன் மனம் குழம்பித் தவிக்கிறது. தன் இயலாமையை நினைத்து மனம் குமைந்தபடி அன்று மரக்கிளையில் உட்கார்ந்து வானத்தை பார்க்கிறான் அவன். நீண்ட நேரத்துக்குப் பிறகு ஒரு பெரிய கிளிக்கூட்டம் அம்மரத்தை நோக்கி வழக்கம்போல இறங்கி வருகிறது. ஏதாவது ஒரு கிளியுடன் இன்று வீடு திரும்பவேண்டும் என்ற எண்ணத்துடன் அவன் கிளிக்கூட்டத்தை வரவேற்றபடி கை நீட்டுகிறான். அவனை நோக்கிவந்த கிளிக்கூட்டம் ஏதிர்பாராத ஒரு கணத்தில் சட்டென வட்டமடித்துத் திரும்பிப் பறந்து பக்கத்தில் இருந்த மரத்துக்குச் சென்று அமர்கின்றன. ஒரு கிளிகூட அவனுக்கு அருகில் வரவில்லை. அவன் அமர்ந்திருந்த மரத்தின் பக்கம் கூட வரவில்லை. அவன் மனத்தில் படிந்துவிட்ட எண்ணத்தை அவை எப்படியோ உணர்ந்து திசைமாறிச் சென்றுவிடுகின்றன.

சிறுவனுக்கும் கிளிகளுக்கும் இடையில் உருவான நெருக்கத்துக்குக் காரணம் களங்கமின்மை. அது அழியும்போது நெருக்கமும் அழிந்துவிடுகிறது. நிரூபணத்துக்கு அப்பாற்பட்டது இந்த உறவின் தர்க்கம். ஆனால் வாய்மொழிக்கதைகளில் அமைந்திருக்கும் இந்தத் தர்க்கத்தின் வழியாகவே மனிதர்களுக்கும் விலங்குகளுக்கும், மனிதர்களுக்கும் இயற்கைக்கும் இடையிலான உறவைப் புரிந்துகொள்ள முடியும். பண்பாட்டையும் வரலாற்றையும் புரிந்துகொள்வதற்கும்கூட இந்த அறிவு அவசியம். வாய்மொழிக்கதைகளில் உள்ள இந்தத் தர்க்கத்தை பாவலர்கள் தம் பாடல்களில் அமைக்கும்போது, ஒரு புதிய அழகியல் பிறக்கிறது. அந்த அழகியலால் மொழியின் அழகும் வளமும் பெருகுகின்றன. தேரை நகர்த்துவதுபோல, மொழியின் அடுத்தடுத்த எல்லைகளை நோக்கி இந்த அழகியல் நகர்த்திக்கொண்டே இருக்கிறது.

இப்போது தங்கப்பாவின் பாடலுக்கு மீண்டும் வருவோம். சுள்ளியை வானவில்லாக்கும் தர்க்கமும் பனித்துளிகளை பொன்மாலை யாக்கும் தர்க்கமும் களங்கமின்மையின்மீது கட்டமைக்கப்பட்டவை. உள்ளத்தில் களங்கமின்மையை - அதாவது பனிபோன்ற தூய்மையை

தூய்மைமிக்க அன்பின் ஊற்றை அடையாளம் காட்டுகிறார் தங்கப்பா. ஒருவருடைய நெஞ்சிலும் எண்ணத்திலும் அந்த ஊற்றுநீரைப் பெருகச் செய்து நிரப்பிவிடமுடியும் என்பது தங்கப்பாவின் ஆழ்மன நம்பிக்கை. அந்த நம்பிக்கையின் மீது அழுத்தமாக கால்பதித்தபடி 'உன்னை நிரப்பிவைப்பேன்' என்று மொழிகிறார் தங்கப்பா. பாலை ஊற்றி ஒரு பாத்திரத்தை நிரப்புவதுபோல களங்கமின்மையை சிறுகச்சிறுக வளர்த்து தன் நெஞ்சை நிரப்பிக்கொள்ளும் சமூகமே தங்கப்பாவின் ஆழ்மனக்கனவு.

களங்கமின்மையின் அடையாளமாகவே இயற்கையைக் கருதுகிறார் தங்கப்பா. தன் பாடல்களில் அவர் இயற்கைக்காட்சிகளை முன்வைக்கும் போதெல்லாம் ஒரு கோணத்தில் களங்கமின்மையையே முன்வைக்கிறார் என்றே கருதவேண்டும். இயற்கையில் தோய்தல் என்பதை, களங்கங்களை உதறி விடுதலை அடையும் முயற்சியாக அவர் நம்புகிறார்.

'இயற்கையின் அழைப்பு' என்னும் பாடலின் வழியாக தங்கப்பாவின் எண்ணத்தை நாம் இன்னும் நெருக்கமாக உணரமுடியும்.

இயற்கை உன்னை அழைக்கவில்லையா - தம்பி
இயற்கை உன்னை அழைக்கவில்லையா
மயற்கை மிகும் கொள்கைகளில்
மகிழ்ச்சி தேடி உழல்கின்றாயே

செயற்கையான பாகுபாடு
தெளிவில்லாத உள்ளம் மேடு
முயற்கொம்பு தேடுதல்போல் தம்பி - நீ
முட்டுகிறாய் எதைஎதையோ நம்பி

உள்ளத்தின் வரம்பை உடை
உண்மை காண வரம்பு தடை
வெள்ளத்தில் துளியாவாய் தம்பி - இயற்கை
விரிந்தபொழில், நீ அதிலோர் தும்பி

இயற்கையை வாழ்த்தும் பாடல்களும் இயற்கையின் ஆற்றலை விதந்தோதும் பாடல்களும் தொடக்க காலத்திலிருந்தே ஏராளமான கவிஞர்களால் எழுதப்பட்டு வருகின்றன. ஆற்றலும் கருணையும் ஒருங்கே கொண்டது இயற்கை. களங்கமில்லாத மனத்தோடு, அதன் மடியில் படுத்திருக்கும்போது, அது அன்னையென நம்மை அரவணைத்துக் கொள்கிறது. தந்திரங்கள் நிறைந்த மனத்தோடு இயற்கையைப் பார்க்கும் போது, நம் கண்களுக்கு கொள்ளையிட வைக்கப்பட்ட புதையலாக மாறித் தெரிகிறது. நாம் உடனே வேட்கையுடன் வேட்டையாடத் தொடங்குகிறோம். நாட்கள் கழியக்கழிய, நம் வேட்கையும் குறைய வில்லை, வேட்டையையும் நிறுத்தமுடியவில்லை என்பதை மிகமிகத்

தாமதமாகவே நாம் புரிந்துகொள்கிறோம். நம் உள்ளத்தில் தந்திரங்கள் எதையும் வளர்த்துக்கொள்ளாமல், வரம்புகள் எதையும் எழுப்பிக் கொள்ளாமல் இயற்கையான எழுச்சியோடும் இயற்கையான விசையோடும் இயற்கையான முறையில் வாழ்க்கையை அமைத்துக் கொள்ளவேண்டும். இந்த வாழ்க்கையை இன்பமயமானதாக வாழ அது ஒன்றே வழி. இவ்வுலகத்தில் உள்ள ஒவ்வொன்றையும் இனிமை மிக்கதாக உணரும் பார்வை நமக்கு அக்கணத்தில் வசப்படும்.

இவ்வுலகம் இனியது இதிலுள்ள வான் இனிமையுடைத்து;
காற்றும் இனிது, நிலம் இனிது, நீர் இனிது தீ இனிது
ஞாயிறு நன்று; திங்களும் நன்று.வானத்துச் சுடர்களெல்லாம்
மிக இனியன. மழை இனிது. மின்னல் இனிது. இடி இனிது.
கடல் இனிது, மலை இனிது காடுநன்று. ஆறுகள் இனியன.
உலோகமும், மரமும், செடியும், கொடியும்,
மலரும்,காயும், கனியும் இனியன.
பறவைகள் இனிய. ஊர்வனவும் நல்லன.
விலங்குகளெல்லாம் இனியவை,
நீர் வாழ்வனவும் நல்லன.
மனிதர் மிகவும் இனியர். ஆண் நன்று.
பெண் இனிது. குழந்தை இன்பம்.
இளமை இனிது. முதுமை நன்று.
உயிர் நன்று.சாதல் இனிது.

என்னும் பாரதியாரின் பாடலை ஒரு கணம் இங்கு நினைத்துக் கொள்ளலாம். பாரதியார் சுட்டிக்காட்டும் இந்த இனிமையை நோக்கியே தங்கப்பாவின் இயற்கை விருந்தும் இயற்கையாற்றுப்படையும் அமைந்திருக்கின்றன.

'விழிக்கு விருந்து' என்பது தங்கப்பாவின் இன்னொரு பாடல்.

விழிக்கு விருந்து செய்தாள் - அன்னை
விழிக்கு விருந்து செய்தாள்
மொழிக்குள் அடங்காக் காட்சித் தேனில்
மொய்க்கும் விழியும் நெஞ்சும் தேனி

உழக்குப் பிட்டு மலர்ந்தது போல
ஒளிசேர் பூவால் மலர்ந்தது காலை
கிழக்குத் தட்டில் கதிர்ப்பழத்தோடு
கிளறிப் படைத்தாள் அன்னை அன்போடு

அருவிச் சுவைநீர் நுரைபட ஆற்றி
ஆவி பருகத் தந்தாள் ஊற்றி

பருகும் போதில் மேலும் அன்போடு
பக்கம் நின்றாள் தென்றல் விசிறியோடு

அருவிக்கரையோரம் நின்று சூரிய உதயத்தைக் கண்டுகளிக்கும் காட்சிதான் கவிதை. ஈர்ப்பான சொல்லிணைவுகளோடு தங்கப்பா உருவாக்கி அளிக்கும் அழகியல் அடுக்கின் காரணமாக கவிதை மிகச் சிறந்த படைப்பாக மாறிவிடுகிறது. அருவிக்காட்சியும் சூரியோதயக் காட்சியும் சங்ககாலத்திலிருந்து இன்றுவரைக்கும் தமிழ்ப்பாடல்களில் எண்ணற்ற விதங்களில் சொல்லப்பட்டிருக்கின்றன. ஆனால் எவைஎவை வாசகர்களின் நினைவுகளில் பதிந்து நிலைத்திருக்கின்றன என்று கேட்டுப் பார்த்தால் மரபுவழக்காக அல்லாமல் புத்தம்புதிய கோணங்களில் புத்தம் புதிய சொல்லிணைவுகளோடு காட்சிப்படுத்தும் பாடல்கள் மட்டுமே தொடர்ந்து கவிதை உரையாடல்களில் இடம்பெற்றுவருகின்றன என்பதை உணர்ந்துகொள்ள முடியும். தங்கப்பாவின் கவிதையில் ஆவியெழ ஆற்றப்படும் சுவைநீராக அருவியைக் காட்சிப்படுத்தும் வரியைப் படிக்கும் போதே, அதன் புதுமையும் தனித்துவமும் நம்மை ஈர்த்துவிடுகின்றன. தனிப்பெரும் மரபுப்பாவலராக தங்கப்பா நிலைத்திருப்பதற்குக் காரணம் இந்தத் தனித்தன்மையே.

அருவியை சுவைநீராகப் பார்த்த தங்கப்பா இன்னொரு கவிதையில் திரும்பிப் பார்த்துச் சிரிக்கும் பெண்ணாக அருவியை முன்வைக்கிறார்.

குன்றெலாம் நடந்துலாவிக்
குழியெலாம் குனிந்து தேடி
மன்றலம் பொழிய நுழைந்து
மடியினில் மலர்பறித்து
சென்றுபோய் மூலையொன்றில்
சிரித்தனை, திரும்பிப் பார்த்தேன்
அன்றுநீ புகுந்தாய் நெஞ்சில்
வாழிநீ அருவிப் பெண்ணே

அருவி நின்றகோலத்தில் சிரிக்கவில்லை. பாய்ந்து நெளிந்து நெளிந்து செல்லும் கோலத்திலும் சிரிக்கவில்லை. வெட்கப்பட்டு ஓடோடிச் சென்று ஒரு திருப்பத்தில் திரும்பும் தருணத்தில் சிரிக்கிறது. சிரித்த காட்சி மனத்தில் உறைந்திருக்க, சிரித்த அருவியோ மறைந்துவிடுகிறது.

அள்ளூர் நன்முல்லையின் ஒரு குறுந்தொகைப்பாடல் அருவியை புன்னகை பூத்த நங்கையென சித்தரிக்கிறது.

அருவி வேங்கை பெருமலை நாடற்கு
யான் எவன் செய்கோ என்றி யான் அது
நகையென உணரேன் ஆயின்
என் ஆகுவை கொல் நன்னுதல் நீயே

அருவிக்கரையோரம் அழகாகப் பூத்திருக்கும் வேங்கை மரம் புன்னகை செய்கிறது. அதைப் பார்த்ததும் அருவியும் சிரிக்கிறது. ஒரு புன்னகையைப் பார்த்ததும் இன்னொரு புன்னகை தன்னிச்சையாக வெளிப்பட்டுவிடுகிறது. குறுந்தொகை காட்டும் பெண்ணைப்போலவே தங்கப்பா காட்டும் பெண்ணும் புன்னகை புரிகிறாள். ஆனால் இவள் அவளைவிட சற்றே குறும்பு மிகுந்தவள். அவன் புன்னகையைக் கண்டதும் அவளுக்கும் புன்னகைக்க வேண்டும்போல இருக்கிறது. ஆயினும் அந்த விருப்பத்தை கணநேரம் கட்டுப்படுத்திக்கொண்டு பாராமுகத்துடன் சிறிது தொலைவு செல்கிறாள். ஆயினும் ஒரு கணத்தில் விருப்பம் வென்றுவிட கட்டுப்பாட்டை உதறிவிட்டு ஒரு திருப்பத்தில் வெட்கத்தைக் கடந்து திரும்பிப் பார்த்து புன்னகைத்துவிடுகிறாள். சற்றே குழம்பவைத்து, தடுமாறவைத்து, சலிப்புறவைத்து இறுதிக்கணத்தில் தன் விருப்பத்தையும் மகிழ்ச்சியையும் சேர்த்து வெளிப்படுத்தும் விதமாக மாயப்புன்னகை செய்கிறாள். அருவியின் புன்னகை ஒருவகையில் களங்கமின்மையின் புன்னகை.

புன்னகையின் மற்றொரு அபூர்வமான தருணத்தை விவரிக்கும் இன்னொரு கவிதை 'மாமர மங்கை'.

வேனிலெனும் காதலனின் வரவைஎதிர் நோக்கி
விரிகிளைகள் மலர்குலுங்கிப் பசுமை எழில் பூத்து
மேனியிலே புதியஒளி, புதுநாணம் கமழ
மிளிர்கின்ற மாமரத்தின் செழுமையினைக் கண்டேன்
வானத்துச் செந்நீலம் தோய்ந்தஇளந் தளிர்கள்
வயிரமணி விண்மீன்போல் பூங்கொத்து மின்ன
தேனிலவில் திகழ்கின்ற புதுக்கனவாய் மலர்ந்து
தென்றலிலே மணம்பரப்ப பூத்தஇள மங்கை
ஓவியத்தை மனக்கண்ணில் கொணர்ந்தபடி மீண்டும்
ஒருநாளில் அத்திசையில் நான்நடந்தேன், அடடா
பூவிரித்த கிளைகளிலே பொற்கிழிகள் தூங்கும்
புதுப்பொலிவு நான்கண்டேன், மகவீன்ற மங்கை
மேவுநெல்லை முதுபெண்டிர் காதணிகள் போல
மின்திகழும் பொற்காய்கள் தாய்தழுவிக்கொள்ள
ஆர்வலனாம் இளவேனில் அணைந்தருகில் நின்றான்.
ஆரணங்கும் எனைக்கண்டு நாணத்தால் கவிழ்ந்தாள்.

இங்கே புன்னகைப்பது மாமர மங்கை. இளவேனிலையும் மாமரத்தையும் தலைவனும் தலைவியுமாக உருமாற்றி தங்கப்பா தீட்டிக் காட்டும் காட்சி நாம் நாள்தோறும் பார்க்கத் தவறுகிற பலநூறு காட்சிகளில் ஒன்று. ஆனால் தங்கப்பாவின் கவிதையைப் படித்த பிறகுதான் அபூர்வமான தருணத்தை எவ்வளவு அலட்சியமாகப் புறக்கணித்துவிட்டு

வந்திருக்கிறோம் என்பதைப் புரிந்துகொள்ள முடிகிறது. இப்படிப்பட்ட காட்சிகளையே தங்கப்பா இயற்கையின் அழைப்பு என்று முன்வைக்கிறார்.

இந்தப் பாடல்களின் வரிசையில் வைத்து கவனிக்கத்தக்க இன்னொரு கவிதை 'வானவில்'. கதிரவனும் மழையும் வானவில்லும் அந்தக் கவிதையில் புன்னகைக்கிறார்கள்.

எழில்சிரிக்கும் செங்கதிரோன்
வான்ஓரம் நின்றிருந்தான்
மழைமங்கை அன்னவனின்
மாமன்மகள் அங்குவந்தாள்
கண்டாள்தன் காதலனை
கண்புதைத்தாள் நாணத்தால்
அன்பன் கதிர்க்கையால்
அவள்கையைத் தான்பிடித்தான்
பிடித்த கதிர்க்கையில்
பெண்ணின் வளைநழுவ
விடுத்து மறைந்துவிட்டாள்
விண்வில்தான் அந்தவளை

மழையின் கையிலிருந்து நழுவிய வளையென வானவில்லைச் சித்தரிப்பது அழகான கற்பனை. கதிரவனின் ஆசைப்புன்னகை. மழைமங்கையின் நாணப்புன்னகை. இரண்டுக்கும் நடுவில் வானவில்லின் ஆனந்தப்புன்னகை. இதுதான் இயற்கையின் விருந்து.

'மழைத்தாய்' என்னும் பாடலில் மழையின் புன்னகையை காட்டுகிறார் தங்கப்பா. நீண்ட காலமாக வானமென்னும் சிறையில் அடைபட்டுக் கிடந்த மழைத்தாய் விடுதலை பெற்றதும் மண்மீது உள்ள மரம், செடி, கொடி, பயிர், குன்று என கண்ணில் பட்ட ஒவ்வொன்றையும் தொட்டுத்தொட்டு அன்பை வெளிப்படுத்தி புன்னகைத்தபடியே செல்கிறாள். அவள் விசையையும் விருப்பத்தையும் அழகாக அடுக்கிக் காட்டுகிறார் தங்கப்பா.

வானச்சிறைக்குள் வலிந்து அடைபட்டு
மாதக் கணக்கில் மக்களைப் பிரிந்து, பின்
விடுதலை பெற்று விரைந்த பெருமழை
வாடி வதங்கி வான்பார்த்துக் கிடந்த
ஒவ்வொரு மகவாய் ஓடி அணைத்தது
பச்சைப் பயிர்களை உச்சி மோந்தது
புற்களை அன்பாய் நக்கிக் கொடுத்து
முத்தியும் கொஞ்சியும் முதுகைத் தடவியும்
பித்து மொழிகளைப் பேசித் தழுவியும்

செடிகொடி யாவையும் சிலிர்க்கச் செய்தது
வடியும் மகிழ்ச்சிக்கண்ணீர் பொழிதர
வண்பசி கொண்ட உயிர்க்கெலாம்
பன்மடி சுரந்து பாலூட்டிற்றே

சிறையிலிருந்து பெற்ற விடுதலையைக் கொண்டாடுவதற்காகவே மழைத்தாயின் முகம் முதலில் புன்னகையை வெளிப்படுத்துகிறது. பிறகு, இத்தனை காலமும் பிரிந்திருந்த ஒவ்வொன்றையும் பார்த்துப் பார்த்து மகிழ்ச்சியடைகிறது. பயிர்களைத் தொடுகிறது. புற்களைத் தழுவுகிறது. செடிகொடிகளைத் தீண்டி மகிழ்கிறது. ஒவ்வொரு தருணத்திலும் மழைத்தாயின் மகிழ்ச்சி பலமடங்காகப் பெருகியபடி செல்கிறது. பசியால் வாடிய உயிர்களுக்குப் பாலூட்டும்போது, அந்த மகிழ்ச்சி இன்னும் பல மடங்காக வளர்ந்துகொண்டே போகிறது. இது ஒரு நேரடிக் காட்சியின் நேரடி விளக்கம். மழைத்தாயின் விடுதலையை மன விடுதலை, எண்ணங்களின் சுமையிலிருந்து கிட்டும் விடுதலை, அறிந்ததினின்று பெறும் விடுதலை என வெவ்வேறு தளங்களுக்குப் பொருந்திப் போகும் வகையில் ஒரு படிமமாகப் பார்க்கும்போது இக்கவிதையில் பொருள் இன்னும் ஆழமுள்ளதாகிறது. அனைத்துத் தளைகளிலிருந்தும் விடுதலை பெற்ற மனத்தில் தாய்மையுணர்வன்றி வேறெந்த உணர்வுக்கும் இடமில்லை. வழங்குதலன்றி வேறெதையும் அறியாதது தாய்மை. பன்மடி சுரந்து பாலூட்டுவது அத்தாய்மை.

வானத்தின் புன்னகையைச் சித்தரிக்கும் ஒரு கவிதை ‘மலைமேல் மாலைவானம்’.

மைப்புட்டில் எடுத்துவந்த அழகு நங்கை
வானத்தில் கவிழ்த்துவிட்டாள், பதறி பின்னர்
கைப்படவே அள்ளிவைத்த சுவடுகள்தாம்
கறைகறையாய் கருமுகில்கள், எடுத்தவண்ணம்
அப்பிவைத்து குழைக்கும்கைப் பலகையன்றோ
அடிவானம்! பலவண்ணச் சிதறலாலே
எப்புறத்தும் வண்ணஒளி ஓவியங்கள்
எழில்மகளின் கலைக்கூடம், மாலைவானம்

கணந்தோறும் நிறம் மாறியபடி இருக்கும் அந்தி வானம். செம்மை ஏறியபடியே இருக்கிறது. அதன் அருகிலேயே திட்டுத்திட்டாக கருமுகில்கள் நிறைந்திருக்கின்றன. நிறங்களில் கலவையால் ஒருகணம் அடிவானமே ஓர் ஓவியக்கூடமாக மாறிப் புன்னகைக்கிறது. இதுதான் கண்ணெதிரில் நிகழும் காட்சி. ஆனால் தங்கப்பா இதை ஒரு நாடகத் தருணமாக மாற்றுகிறார். ஓவியனொருவன் திரைச்சீலையின் முன் நின்று ஓவியம் தீட்டுகிறான். அவன் அருகில் அவன் பல்வேறு வண்ணங்களைக்

குழைத்த வண்ணப்பலகை உள்ளது. வண்ணங்களைக் குழைத்ததால் உருவான பல்வேறு வட்டங்கள் நிறங்களின் கலவையாகக் காட்சியளிக்கிறது. ஓவியனின் தேவைக்காக கரிய வண்ணப் புட்டியை எங்கிருந்தோ எடுத்துவருகிறாள் ஓர் அழகி. அது கைதவறி விழுந்து உடைந்துவிட, வண்ணம் சிதறி எங்கெங்கும் கரிய வட்டங்கள் உருவாகின்றன. ஏற்கனவே உள்ள நிறக்கலவையோடு கரியநிறமும் இணைந்துகொள்கிறது. இறுதி வரியில் உள்ள 'எழில்மகளின் கலைக்கூடம்' என்னும் சித்தரிப்பு மிகமுக்கியமானது. ஒரு கலைக்கூடத்தில் நிறபேதம் என்பதே இல்லை. அங்கு அனைத்தும் நிறங்களே. கருமையும் நிறமே. செம்மையும் நிறமே. கலைக்கூடம் என்னும் படிமம் இந்த உலகம் என்னும் கலைக்கூடம், குடும்ப அமைப்பு என்பது ஒரு கலைக்கூடம், ஓர் அமைப்பு என்பது ஒரு கலைக்கூடம் என பொருளை விரிவாக்கும் தோறும், அது உணர்த்தும் உண்மைகள் ஏராளம். இறுதியில் அன்பால் மட்டுமேயான ஓர் உலகத்தைத் அது தொட்டு நிற்பதை உணரமுடியும். தடுமாறியதால் கவிழ்ந்துவிட்ட மைப்புட்டில் என்னும் வாக்கியத்தைக் கவனிக்கவேண்டும். தவறுகள் அனைத்தும் தடுமாற்றத்தாலேயே நிகழ்கின்றன. தவறுகள் ஒருபோதும் குற்றங்கள் அல்ல.

அரைநூற்றாண்டு காலமாக தன் இயற்கைப்பாடல்கள் புதுப்புது அழகியல் அடுக்குகள் வழியாக, களங்கமற்ற மனம் அல்லது களங்கமற்ற சமூகம் பற்றிய கனவுகளையே முன்வைத்தவர் தங்கப்பா. எழுத்தில் மட்டுமல்ல, வாழ்க்கையிலும் அக்கனவோடு வாழ்ந்தவர் அவர். அது நடைமுறைச் சாத்தியமற்ற கனவு என உடனடியாக ஒரு குரல் எழக்கூடும். ஆனால் அப்படியொரு உலகம் அமைந்தால், நாம் மறுத்துவிடுவோமா, என்ன? தங்கப்பாவின் கனவு ஓர் இலட்சியக்கனவு. உலகப்பாவலர்கள் அனைவரும் ஏதோ ஒரு வகையில் இலட்சியக்கனவோடு வாழ்ந்தவர்களே என்பதை நாம் மறந்துவிடக்கூடாது.

***

# 9. பொன்செய் உலைக்களம்

'பொன்செய் உலைக்களம்' என்பது தங்கப்பாவின் பாடலொன்றில் இடம்பெறக்கூடிய சொல். அவர் உருவாக்கிய மிகச்சிறந்த சொல்லிணைவுகளில் ஒன்று. அவருடைய ஒட்டுமொத்தமான பாடல்களின் உலகத்திலிருந்து இத்தகு நூறு சொல்லிணைவுகளை நம்மால் தொகுத்துக்கொள்ள முடியும். அந்த அளவுக்கு சொற்கள்மீது ஆர்வமும் காதலும் கட்டுப்பாடும் கொண்டவர் தங்கப்பா. செம்புலப்பெயல்நீர், மீனெறி தூண்டில், அணிலாடு முன்றில், குப்பைக்கோழி போன்ற சங்ககாலப் பாடல்களில் இடம்பெற்றிருக்கும் எண்ணற்ற சொல்லிணைவுகளை நினைவூட்டும் வகையில் தங்கப்பா உருவாக்கியிருக்கும் சொல்லிணைவுகள் அமைந்துள்ளன. ஒருவகையில் சங்கப்பாடல்களின் தொடர்ச்சியாக அவர் நம்மிடையே வாழ்ந்தார்.

வாழ்க்கையை இரண்டாகப் பகுத்துப் பார்க்கும் பார்வையை தங்கப்பா தன்னுடைய ஒரு கட்டுரையில் குறிப்பிட்டிருக்கிறார். ஒன்று உரைநடை வாழ்க்கை. இன்னொன்று பாட்டு வாழ்க்கை. உரைநடை வாழ்க்கை சலிப்பு மிகுந்தது. தினசரித் தேவைகளைப்பற்றிய கவலைகளை மனம் முழுக்க நிரப்பிக்கொண்டு ஓடிக்கொண்டே இருப்பது. உலகியல் வெற்றிகளைப்பற்றிய உச்ச இலக்குகளை வகுத்துக்கொண்டு, அதை நோக்கி அடி அடியாக ஒவ்வொரு நாளும் முன்னேறிக்கொண்டே இருப்பது. ஒவ்வொரு நாளும் முன்னேற்றம், அதற்கான திட்டம் என கனவுகளால் நிறைத்துக்கொண்டிருப்பது. அதற்கு நேர்மாறாக பாட்டு வாழ்க்கை இயற்கை இன்பத்தை நாடும் வாழ்க்கை. நம்மைச் சுற்றியுள்ள வானையும் மண்ணையும் செடிகொடிமரங்களையும் ஆர்வத்தோடு பார்த்துச் சுவைக்கும் வாழ்க்கை. கனவுகளாலும் கற்பனைகளாலும் நிறைந்த வாழ்க்கை.

பாட்டு என்றதுமே கற்பனை என்னும் சொல் தானாக வந்து விழுவதைக் கவனிக்கவேண்டும். பாட்டை எழுதுகிறவர், அதைப் படிக்கிறவர் இருவருக்குமே கற்பனை ஓர் அடிப்படைத் தேவையாக உள்ளது. பித்தூறிய மனத்தில் ஊற்றெடுக்கின்றன சொற்கள். ஆற்றில் புரண்டோடிவரும் வெள்ளமென பாவலனின் கற்பனை பாய்ந்தோடி வருகிறது. கற்பனையும் சொற்களும் இணைந்து பாடல் உருக்கொள்கின்றது. பாட்டு எப்போதும் ஒரு காட்சியை முன்வைக்கிறது. அதைப் படிக்கும் வாசகன் அந்தக் காட்சியை உள்வாங்கிக்கொள்கிறான். அதைத் தன் கற்பனையால் பெருக்கி விரித்தெடுத்து அதில் மனம்

தோய்கிறான். வாசகனின் கற்பனை ஒரு காட்சியை ஓராயிரம் காட்சிகளாக மாற்றிக்கொள்ளும் ஆற்றல் கொண்டது.

ஒரு மிகச்சிறந்த பாடல் என்பது பித்து, கற்பனை, காட்சிகள், சொற்கள் அனைத்தும் உச்சம் பெற்ற படைப்பாக இருக்கும் என்பதை ஓர் எளிய வரையறையாக வகுத்துக்கொள்ளலாம். எடுத்துக்காட்டாக அள்ளூர் நன்முல்லையாரின் குறுந்தொகைப்பாட்டைப் பார்க்கலாம்.

குக்கூ என்றது கோழி: அதனெதிர்
துட்கென்றன்று என் தூஉ நெஞ்சம்
தோள்தோய் காதலர்ப் பிரிக்கும்
வாள்போல் வைகறை வந்தன்றால் எனவே

'வாள்போல் வைகறை' என்னும் சொல்லாட்சியில் உள்ள கூர்மையைக் கவனிக்கும்போது அதில் அடங்கியிருக்கும் பித்தை உணரலாம். உறையிலிருந்து உருவியெடுக்கப்படும் வாளென பிரகாசம் மிகுந்த ஒரு கோடாக ஒளி பரவி கதிர் எழ இருக்கும் தயார் நிலையை பாடல் காட்சியாக மாற்றுகிறது. ஒரு படையின் புறப்பாடுபோல கதிரவனின் புறப்பாடு குறிப்பாலேயே சொல்லப்படுகிறது. அதைக் காணும் இளம்பெண் பதற்றம் கொள்கிறாள். அவள் காதல் பித்து பலமடங்காகப் பெருகி அவளை அலைக்கழிக்கிறது. கோழியின் கூவலால் முதல் அதிர்ச்சி. வைகறையின் தோற்றத்தால் அடுத்த அதிர்ச்சி. அனைத்தும் அவளை பித்தின் உச்சத்துக்கே கொண்டுசெல்கிறது.

ஒருவர் தோளை ஒருவர் பற்றி உறங்கும் இடம் மஞ்சத்திலா, தோட்டத்திலா, பூப்பந்தலுக்கு அடியிலா, புல்தரையிலா, வயலோரமா என எந்தக் குறிப்பும் இல்லை. அவனோ அல்லது அவளோ வரச்சொல்லி சந்தித்துக்கொண்ட இடம். அவ்வளவுதான்.

இந்தப் பாட்டை சுதந்திரமான வாசிப்புக்குத் தோதான வகையில் நமது காலத்துத் தமிழில் இப்படி எழுதிப் பார்க்கலாம்.

குக்கூ என்று கோழி கூவியது
அதைக் கேட்டு என் நெஞ்சம் அதிர்ந்தது
வெட்டித் துண்டாக்கும் வாள்நுனிபோல
வைகறைச் சூரியன் வருகிறான்.

ஒரு பாட்டைப் புரிந்துகொள்வதற்கு இப்படி துண்டுதுண்டான வரிகளாக மாற்றி எழுதிப் பார்ப்பது ஒரு முக்கியமான முயற்சி. கவிதை ரசனையில் இது ஒரு இன்றியமையாத பயிற்சி. இந்த வரிகளை மீண்டும்

மீண்டும் படிக்கும்போது நம்மையறியாமல் நாம் ஒரு நடுக்கத்தை உணரமுடியும். வெட்டித் துண்டாக்கும் என்ற சொல்லை நம்மால் அவ்வளவு எளிதாகக் கடந்துபோய்விடமுடியாது.

இந்தக் குறுந்தொகைப்பாடல் மருதத்திணையில் இடம்பெற்றிருக்கும் பாடல். வயலும் வயல்சார்ந்த இடமும் கொண்டது மருதநிலம். சமநிலத்தில் விவசாயம் செய்து குடிகள் வாழ்ந்துவரும் இடம். நிலத்தோடு பிணைப்பு கொண்டவர்கள். நிலப்பற்று குடிப்பற்றை மேலும் மேலும் கெட்டிப்படுத்தும் ஆற்றல் மிக்கது. குடிப்பற்று சொந்தக் குடிகளுக்கிடையே நெருக்கத்தையும் மாற்றுக்குடிகளுக்கிடையே நெருங்கிவிடாத பகையுணர்ச்சியையும் ஒரே சமயத்தில் கொண்டிருக்கும். சொல் மட்டுமன்றி வாளும் கட்டுப்பாட்டை மீறிப் பாயும் களம் மருதம். மனிதர்களை வெட்டிக்கொல்வது இயல்பாக உள்ள ஒரு சமூகத்தில்தான் எடுத்த எடுப்பில் அது உவமையாக மாறும் அளவுக்கு மனத்தில் பதியக்கூடிய வாய்ப்புள்ளது. இன்றைய நாகரிக வாழ்க்கையில் நடைபெறும் ஆணவக்கொலையின் ஆதிவடிவமாக 'வெட்டிக் கொல்லும்' சம்பவம் இருக்கக்கூடும். இந்த வரியைப் படிக்கும்போது இரண்டாயிரம் ஆண்டுகள் கழித்து ஒரு பழைய உயிலைக் கண்டெடுத்து வாசிப்பதுபோல இருக்கிறது. வரிகள் உரைப்பதை அல்லது சுட்டிக் காட்டுவதை மட்டுமன்றி, சொல்லாமல் விட்டதையும் எட்டித் தொடுவது ஒரு வாசிப்புமுறை.

பித்து, கற்பனை, காட்சிகள், சொற்கள் அனைத்தும் சங்கப் பாடல்களில் மிக இயல்பாக அமைந்திருக்கின்றன. நன்முல்லையாரின் பாட்டைப்போல ஒவ்வொரு பாட்டையும் இப்படிப் பகுத்தும் வகுத்தும் புரிந்துகொள்ள முயற்சி செய்யலாம்.

சங்ககாலத்தைத் தொடர்ந்து காப்பியங்களின் காலகட்டத்திலும் பக்தி இலக்கியங்களின் காலகட்டத்திலும் பாரதியாரின் காலகட்டத்திலும் இத்தகு ஆழமான பாடல்கள் தொடர்ந்து எழுதப்பட்டன. சுதந்திரமான எண்ண ஓட்டங்களுக்கு அப்பாடல்களின் வரிகள் துணைபுரிகின்றன. காலம்காலமாக தமிழின் பாடல்மரபு இப்படித்தான் இயங்கி வருகிறது. இத்தகு எண்ண ஓட்டங்களுக்கும் கற்பனைக்கும் இடமில்லாமல் வெற்றுச் சொற்களால் அடைக்கப்பட்ட பாடல்கள் உருவாகத் தொடங்கியபோது மரபுப்பாடல்களை ஏற்கும் மனநிலை மெல்ல மெல்ல குறைந்தது. இத் தேக்கம் கிட்டத்தட்ட பாரதியாரின் காலகட்டத்திலேயே உருவாகிவிட்டது. பாட்டின் சட்டகத்தில் பொருத்தப்பட்ட சொற்களையெல்லாம் பாடல் என நம்பிய கவிராயர்கள் மரபுப்பாடல் வடிவத்தை படாதபாடு படுத்தி

விட்டார்கள். பாடலுக்கு உயிர் என நம்பிய பித்து, கற்பனை, காட்சி அனைத்தும் பறந்துவிட்டன. சமூகத்தில் எழும் மாற்றத்தினை உள்வாங்கி அறிந்துகொள்ளும் விழைவில்லாத மரபுப்பாவலர்களின் முயற்சிகள் மதிப்பற்றுச் சரிந்தன.

மரபுப்பாடல்கள் மீது படிந்து அழுத்திக் கொண்டிருந்த பண்டிதத் தனத்தை அகற்றி அவை வேர்பிடித்து நின்று இலைவிரித்து, கிளை விரித்து, அரும்பி மலர்வதற்குத் தேவையான ஆற்றலை வழங்கியவராக தங்கப்பாவை அடையாளப்படுத்தலாம். அந்தப் பணியை அவராகவே ஏற்றுக்கொண்டார். ஆங்கிலத்திலும் தமிழிலும் நல்ல தேர்ச்சிமிக்க தங்கப்பா புதிய வடிவத்தை நோக்கிச் செல்வதே அவருடைய கால கட்டத்துக்கும் அவருக்கு இயற்கையாகவே அமைந்திருந்த தகுதிக்கும் பொருத்தமான ஒன்றாக இருந்திருக்கும். மாறாக, மரபிலக்கிய வழியின் மீது அவர் கொண்டிருந்த அளவற்ற பற்று அதை மேலும் மேலும் வளர்த்தெடுத்துச் செழுமைப்படுத்தவேண்டும் என்னும் கனவை அவருக்குள் ஊட்டியது. மரபுப்பாடல்களின் வழி முற்றிலும் அடைபட்டுப் போகவில்லை என்பதை தம் பாடல்கள் வழியாக இந்த மண்ணுக்கு உணர்த்துவதையே அவர் தம் வாழ்நாள் பணியாகக் கொண்டார். காலத்துக்கேற்றபடி மரபுப் பாடல்கள் புதுப்பிக்கப்படவேண்டியவையே அன்றி, ஒருபோதும் வீசியெறியத்தக்கவை அல்ல என்பது அவர் நம்பிக்கையாக இருந்தது.

'இனிதுமன் அவர் இருக்கை' என்னும் பாடல் தங்கப்பாவின் தொடக்ககாலப் பாடல்களில் ஒன்று.

வெயர்விளை வெய்தூண் மிசைந்த கேள்வன்
அயர்வறக் கிடந்த அணிசுமை சேக்கை
மகன்தாய் பொருந்தினள்ஆக, மகன்கண்டு
மூவுருள் மிதிசகடு ஊர்தல் நீங்கித்
தாவிப் பாய்ந்து கட்டில் ஏறி
ஈருடல் விலக்கி நடுவிடைப் புக்குப்
பூங்கை இருவர் கழுத்தொடும் வளைஇ
மாறிமாறி இருமுகம் முத்தி
மூரல் இளநகை பிலிற்றினன் இனிதே
இனிதுமன் அவர் இருக்கை
துனிகூர் உலகின் பெறலருங்குரைத்தே

குறுந்தொகையிலோ, ஐங்குறுநூற்றிலோ இடம்பெறத்தக்க அமைப்பில் இந்தப் பாடல் இருப்பதைக் காணலாம். ஒரு திணையின்

பெயரும் துறையின் பெயரும் இருந்தால் இப்பாடலை தாராளமாக சங்கப்பாடலின் கணக்கில் சேர்த்துவிடலாம். அந்த அளவுக்கு கச்சிதமான சொற்கள். மூன்று சக்கரவண்டிக்கு மூவுருள் மிதிசகடு என்னும் புதிய சொல்லொன்றை போகிறபோக்கில் சொல்லிவிட்டுச் செல்கிறார் தங்கப்பா.

ஓர் எளிய குடும்பக்காட்சியே இங்கு சித்தரிக்கப் படுகிறது. ஒரு படுக்கை. அதில் கால்நீட்டிப் படுத்திருக்கிறான் கணவன். ஒரு குழந்தை மூன்று சக்கர வண்டியில் ஏறி படுக்கையைச் சுற்றி வலம் வந்து விளையாடுகிறது. அறைக்குள் மனைவி வருகிறாள். அவளும் களைத்திருக்கிறாள். மெல்ல படுக்கையை நெருங்கி கணவனுக்கு அருகில் படுக்கிறாள். அதுவரைக்கும் மூன்று சக்கர வண்டியை ஓட்டி பொழுதுபோக்கிக் கொண்டிருந்த குழந்தை சட்டென புன்னகையோடு படுக்கையை நோக்கித் துள்ளி வருகிறது. இருவருக்கும் நடுவில் புகுந்து, இருவர் கன்னத்திலும் மாறிமாறி முத்தமிட்டு, இருவர் மீதும் கை கால்களைப் போட்டுக்கொள்கிறது. இந்தச் சித்தரிப்புதான் பாடல். ஒரு புகைப்படம் எடுத்து சட்டமிட்டு பெரிதாக ஒரு கூடத்தில் பார்வைபடும் இடத்தில் மாட்டிவைக்கத் தக்க காட்சி. வாழ்க்கையின் அபூர்வமானதொரு கணம்.

மூரல் இளநகை என்பது அழகான சொல். குழந்தையின் மூரல் புன்னகையைச் சித்தரிக்கும் தங்கப்பாவின் பாடல் கணவனின் புன்னகையையும் மனைவியின் புன்னகையையும் சித்தரிக்கவில்லை. ஆனால் உய்த்துணரவைக்கிறது. அந்த இடத்துக்கு வாசகனைத் தள்ளிக் கொண்டுபோய்விடுகிறது பாடல் வேகம். மூன்று புன்னகைகள். மூன்றும் மூன்று விதம். அதனால்தான் அது 'இனிதுமன் அவர் இருக்கை' என்றிருக்கிறதுபோலும்.

மற்றொரு கோணமும் இப்பாடலில் மறைந்துள்ளது. பாடலை ஒரு வசதிக்காக நாம் இரு பிரிவுகளாகப் பிரித்துக்கொள்ளலாம். முதல் பகுதியில் மூன்று சக்கர வண்டியில் அமர்ந்து படுக்கையைச் சுற்றிச்சுற்றி வளையவருகிறது குழந்தை. படுக்கையறையில் சுற்றினாலும் அக்குழந்தை தன் கற்பனையிலும் உற்சாகத்திலும் பயணம் செய்கிற உலகம் வேறொன்று. உல்லாசத்தால் நிறைந்த உலகம் அது. இன்னொரு பகுதியில் தாயையும் தந்தையையும் தழுவிக்கொண்டு படுக்கையின் மீது ஏறி நின்று சிரித்தாடுகிறது. ஒரே கணத்தில் அம்மூவரும் இணைந்து கற்பனையானதொரு மூன்று சக்கர வாகனமாக மாறிவிடுகிறார்கள். ஒவ்வொருவருடைய கற்பனையும் ஒவ்வொரு உலகத்தில் நீந்திச் செல்கிறது. ஓடிக்கொண்டிருந்த வாகனம் நின்றுவிட, கற்பனை வாகனம்

ஓடத் தொடங்குகிறது. 'இனிதுமன் இருக்கை' ஒருவகையில் அந்த இனிய பயணத்தின் அடையாளம்.

'நோய் வாழ்க' என்றொரு பாடல். படுத்த படுக்கையில் இருக்கும் ஒரு பெண் தன் தேவைகளை நல்லவிதமாகக் கவனித்து, அல்லும் பகலும் பக்கத்திலேயே இருந்து அக்கறையோடு பார்த்துக்கொள்ளும் கணவனின் அன்பில் மகிழ்ந்து நெகிழ்ந்துபோகிறாள். அவன் அருகில் இருப்பதே அவளுக்கு அருமருந்தாக இருக்கிறது. இந்த நோய் இன்னும் ஒருசில நாட்கள் நீடித்தாலென்ன என்று நினைக்கத் தூண்டுகிறது அவள் நெகிழ்ச்சி. அந்தப் பித்தேறிய மன எழுச்சியில் தனக்கு வந்த நோய் வாழ்க என்று வாழ்த்துகிறாள்.

'உளிதகர்ந்து அன்ன நுதல்முகம் தாக்கி
வலிவுற முறுக்கி யாக்கை வருத்தினும்
விலகல் வாழி எற்பிணி வெந்நோய் !
உலகுறு பணியின் ஓய்வில் தொண்டுள்ளத்து
எம்மையும் பாரார் இயங்கும் எம்கொழுநர்
பாடுறு சேக்கை என் மென்மருங்கமர்ந்து
பசைவெங்களிம்பு நுதல்படத் தேய்த்தும்
நோதோள் நீவியும் நுசுப்பு வேதொற்றியும்
பருகுநீர் ஊட்டிப் பனியுரை போர்த்துமென்
உடலும் உள்ளமும் உவப்ப
அளித்துப் பேணும் அன்பு நீடற்கே'.

அந்த நோய்க்கு அவனே காரணம், அவனுடைய பாராமையால் விளைந்ததாக இருக்கலாம் என்ற கற்பனையோடு அணுகிப் பார்க்கும் போது தன் நோயை வாழ்க என்றுரைக்கும் அவளுடைய மன எழுச்சி இன்னும் பொருள் பொதிந்த ஒன்றாக இருப்பதை உணரலாம். காதல் பித்தில் பிறக்கும் எண்ணங்களும் விசித்திரமானவை. எழும் சொற்களும் விசித்திரமானவை. ஒருபோதும் அத்தகு சொற்கள் புரிந்துகொள்ளத் தக்கவை அல்ல. எண்ணியெண்ணி மகிழத்தக்கவை.

'வருகிறேன் கடலே' தங்கப்பாவின் முக்கியமான பாடல். கடலருகில் நிற்கிறான் ஒருவன். கடலை அவன் மனம் பிரதிபலிக்கிறது. அலையோசை அவன் மனஓசையாகிறது. மனம் அந்தக் கடலைப் பிரதிபலிக்கிறது. கொந்தளிக்கும் தோற்றம் அவன் குழப்பத்தின் படிமமாக மாறிவிடுகிறது. கடலையே தன் பாட்டுக்கு நடுவில் அலைவீசிப் பொங்கும்படி செய்கிறார் தங்கப்பா.

கரையையா மோதுகின்றாய்
கரையுமென் உளத்தையன்றோ
திரைபடும் திவலை அல்ல
சிதறுமென் எண்ணமன்றோ
இரையுமுன் இரைச்சல் யாவும்
என்மனம் எதிரொலிக்கும்
விரைபவை உட்செல்லுங்கால்
என்னைஉள் இழுக்கின்றாயே
ஒருவர் ஆட்டாது ஆடும்
ஊஞ்சலே, கடலே, வாழ்வில்
ஒருவரும் துணையிலேன் நான்
உணர்வினால் தனியனானேன்
புரளும்நின் அலைக்குள் என்னைப்
புதைத்திடத் துடிக்கின்றேன் காண்
வருகின்றேன்கடலே நில்நில்
வண்கையால் வளைத்துக்கொள்வாய்

'ஆட்டாது ஆடும் ஊஞ்சல்' எவ்வளவு அழகான சொல். ஊஞ்சல் தட்டுபோல நம்மைநோக்கி ஒவ்வொரு முறையும் நீண்டுவரும் அலை வந்துகொண்டே இருக்கிறது.

'குழந்தைகள் ஆட்டம்' பாடல் ஒரு விருந்துக் காட்சியை முன் வைக்கிறது. ஆனால் இந்த விருந்து பெரியவர்கள் வைக்கும் விருந்தல்ல. குழந்தைகள் தயாரித்து குழந்தைகளே உண்டு மகிழத்தக்க விருந்து. ஒரு பெரியவர் அந்தக் குழந்தைகளின் விளையாட்டைப் பார்த்து மகிழ்ச்சியடைகிறார். அருகில் சென்று நின்று இன்னும் நெருக்கமாக வேடிக்கை பார்க்கிறார். அந்தக் குழந்தைகள் அவரை உணவுண்ண அழைக்கின்றன. மண்ணையும் நீரையும் அவர்கள் உணவாகப் படைக் கிறார்கள். அவரும் மகிழ்ச்சியோடு அவற்றை உண்டுவிட்டுத் திரும்புகிறார். கற்பனையான அவ்விருந்து உண்மையான விருந்தைவிட தடபுடலாகவும் சுவையாகவும் மகிழ்ச்சி நிறைந்ததாகவும் இருக்கிறது. பாடலின் ஒவ்வொரு சொல்லிலும் அந்த மகிழ்ச்சியும் மனநிறைவும் வெளிப்படுகின்றன.

இந்தப் பாடலின் நீட்சிபோல அமைந்திருப்பது 'நினைவலைகள்' என்னும் பாடல். பெண்ணையாற்றங்கரையில் சோலை வழிகளில் அலைந்து திரிந்து சுதந்திரமாகக் கழித்த பொழுதுகளையெல்லாம் தொகுத்துப் பார்த்து அசைபோட்டு மீண்டும் மீண்டும் அம்மகிழ்ச்சியைப் பல மடங்குகளாகப் பெருக்கிக் களிக்கும் ஒருவரை அது நமக்குக்

காட்டுகிறது. 'வாழ்வென்னும் பெரும்புதிர்', 'வண்டியில் செல்கையில்' 'இளமை நினைவுகள்' 'கார்கால மகிழ்ச்சி', 'உலகுக்கு வேண்டுகோள்' போன்ற பல பாடல்கள் தங்கப்பாவின் மனம் தோய்ந்த காட்சிகளின் பெருந்தொகுப்புகள். ஒவ்வொரு பாடலும் ஒரு சிற்பம்.

'இருட்பேய் அணங்கு' ஒரு கதையைப்போல சொல்லப் பட்டிருக்கும் பாடல். இரவு புதருக்குள் ஒளிந்திருக்கும் ஓநாயைப்போல மறைந்து காத்திருக்கிறது. பகல் எப்போது மறையும் என்பதை ஒவ்வொரு கணமாக எதிர்பார்க்கிறது. மறைந்து திரியும் ஒரு பேயின் நடமாட்டத்தைச் சித்தரிப்பதுபோல இருள் சித்தரிக்கப்பட்டிருக்கும் ஒவ்வொரு பகுதியும் சுவையானது.

காட்சிகளாக அன்றி, அனுபவத்தெறிப்புகளாகவும் சில பாடல்களை தங்கப்பா எழுதியுள்ளார். ஏற்கனவே நிறுவப்பட்ட உண்மைகளை ஒரு புதிய சொல்லாட்சி வழியாக மீண்டுமொரு முறை நிறுவும் பாடல்கள் அவை. நாலைந்து முறை படித்தாலேயே மனத்தில் பதிந்துவிடும் ஔவையார் பாடலைப்போலவோ, குறுந்தொகைப் பாடலைப் போலவோ நெஞ்சில் எப்போதும் நிலைத்து நின்றுவிடுபவை.

'அறிவிலர் வாழ்க்கை' என்பது ஒரு பாடல். கழிவிரக்கத்தோடு கூடிய குரலில் முன்வைக்கப்படும் பாடல்

'கமழ்நெய் உண்ணிய கலன்நுழை எறும்பு
விழுந்தே அதனுள் வீய்ந்தாங்கு உலகில்
பொருள்தோ் மாந்தர்அப் பொருட்கே அழுந்தி
முழுது வாழ்நாளும் முழுகுவர்
அளிதோதானே அறிவிலர் வாழ்வே.

இதே வருத்தத்தை இன்னொரு கோணத்தில் சொல்லும் பாடல் 'உலகியல் உளை' என்றொரு பாடல்.

அறநூல் ஆய்ந்து என்? அருங்குறள் கற்பின் என்?
முறைதேர் சான்றோர் மொழிபல கேட்டு என்?
கைப்பொருள் குவித்தோர் பொய்ப்பது காணின் என்?
மெய்ப்பொருள் இயற்கை வியன்புலம் தேரின் என்?
பேழ்வாய் உழுவை புறந்திரி வெற்பின்
ஆழ்கயம் படியும் ஆவலின் தளிநடந்து
உளைச்சேற்று அழுந்திய வேழம்போல
உலகியற்கு அழுந்திய உள்ளம்
விலகியாங்கு எழுதல் அம்மவோ, அரிதே!

ஒரு பாடலில் எறும்பென்றும் இன்னொரு பாடலில் யானையென்றும் சொல்லப்படும் உவமைகள் முக்கியமானவை. எளிய மனிதர்களுக்கு எறும்பு உவமை. படித்த பெரிய மனிதர்களுக்கு யானை உவமை. எறும்பு உணவைத் தேடிச் சென்று நெய்க்கலத்துக்குள் விழுகிறது. யானை தொலைவில் தெரியும் குளத்தில் இறங்கி ஆடிக்களிக்கும் ஆசையில் முன்பின் யோசனையின்றி நடந்து சென்று சேற்றுக்குள் அகப்பட்டுக்கொண்டு தவிக்கிறது. இரண்டுமே அனுபவ உண்மைகள். எனினும் தங்கப்பா தன் அருமையான சொல்லாட்சியால் அவற்றை அழுத்தமாகப் பதியவைக்கிறார்.

'கார்கால மகிழ்ச்சி' பாடலில் தும்பிகள் வருகை பற்றிய சித்தரிப்பு இடம்பெறுகிறது. இருள் விலகாத காலை நேரத்தில் பார்க்க நேர்ந்த தும்பிகளைப்பற்றியும் அவை உட்கார்ந்து பறந்து சென்ற தருணங்களைப் பற்றியும் காட்சிகள் மாறும் அதே வேகத்தோடு சொற்களைக் குவித்து பாடலாக மாற்றுகிறார் தங்கப்பா. அப்போதுதான் அபூர்வமானதொரு உவமை அப்பாடலில் வந்து விழுகிறது.

பொன்செய் உலைக்களத்தில் - ஒரு
பொட்டு தெறித்து சுழன்றதுபோல
தன் சிறகும் உடம்பும் - மின்னி
தகதக என்று பளிச்சிடவே

தும்பி சுழலும் வேகத்தில் சொற்களும் சுழலும்போது, அதைப் படிப்போர் மனம் அடையும் பரவசத்துக்கு அளவில்லை. நூறு சதவீதம் தெளிவாகப் பிடிக்கப்பட்ட ஒரு படத்தைப்போல ஒவ்வொரு முறையும் காட்சிகளை மிகவும் தெளிவாக தன் பாடல்களின் முன்வைப்பவராக இருக்கிறார் தங்கப்பா. ஒன்றைப் பலவாகப் பார்க்கத் தெரிந்தவனும் சொல்லத் தெரிந்தவனுமே பாவலன். அந்த மாயக்கலையிலும் அவர் வல்லவராகவே இருக்கிறார்.

காலத்துக்கு ஏற்றபடி புதுப்பிக்கப்பட்டால் மரபுப்பாடல் வடிவத்தில் எதிர்காலத்தில் படைப்பிலக்கியச் சாதனைகளை நிகழ்த்தமுடியும் என்னும் தங்கப்பாவின் நம்பிக்கையைத் தக்கவைக்கும் விதமாக, அடுத்தடுத்த தலைமுறைப்படைப்பாளிகள் உருவாகவில்லை. பிற்காலத்தில் அவருடைய ஆர்வம் படைப்பாக்கத்தைக் கடந்து மொழிபெயர்ப்பு, தமிழ்மொழிக்காக உழைத்தல், தமிழின மேம்பாட்டுக்காக செயல்படுதல், சுற்றுச்சூழல் பாதுகாப்பு என விரிந்துசெல்லத் தொடங்கியதால், அவருடைய சொந்தப் படைப்புமுயற்சிகள் குறைந்தன.

பண்டிதத்தனத்தை அகற்றி மரபுப்பாடல் வழிக்கான நீரோட்டத்தை தங்கப்பாவே தொடங்கி வைத்தார். அந்தப் பெருமை அவருக்கு எப்போதும் உண்டு. ஏறத்தாழ பன்னிரண்டாயிரம் வரிகள் அளவுக்கான பாடல்கள் நூல்வடிவில் இப்போது தொகுக்கப்பட்டுள்ளன. தொகுக்கப் படாத பாடல்களும் அதே அளவில் இருக்கக்கூடும். இரண்டையும் இணைத்துக் கொண்டால் ஏறத்தாழ இருபத்தைந்தாயிரம் வரிகள். தமிழிலக்கிய வரலாற்றில் தங்கப்பா மிகமுக்கியமான ஒரு சாதனை யாளராகவே என்றென்றும் கருதப்படுவார்.

'பொன்செய் உலைக்களம்' என்னும் படிமத்தை இன்னொருமுறை நினைத்துக்கொள்ளலாம். பாடலிலிருந்து இந்தச் சொற்களை மட்டும் தனியாகப் பிரித்தெடுத்து, ஒரு மந்திரத்தைப்போல மீண்டும் மீண்டும் சொல்லிப் பார்க்கும்போது நம் மனத்துக்குள் ஒரு காட்சி விரிவதை உணரமுடியும். அந்த உலைக்களத்தை கிட்டத்தட்ட நம் மனமே வடிவமைத்துவிடுவதை உணரலாம். அது தினந்தினமும் அழகுமிக்க தங்க அணிகலன்களை உருவாக்கும் எரியுலை. ஒரு காலத்தில், அந்த உலையிலிருந்து எழும் அணிகலனாக இருக்க தங்கப்பா விரும்பியிருக்கக் கூடும். அந்த விருப்பத்தை ஊழ் நிறைவேற்றிவைத்தது. அறுபதாண்டு கால இலக்கிய வாழ்க்கையின் விளைவாக அணிகலனாக மட்டுமன்றி, தங்கப்பா தன்னை உலைக்களமாகவும் நிலைநிறுத்திக்கொண்டார்.

\*\*\*

## 10. தங்கப்பாவின் பாடல்கள் – துலக்கமும் ஒடுக்கமும்

தங்கப்பாவின் பாடலுலகம் ஏறத்தாழ அறுபதாண்டுக்கால நீட்சியையுடையது. பாரதியார், வள்ளலார், பாரதிதாசன் ஆகிய மாபெரும் ஆளுமைகளின் தொடர்ச்சியாக, தமிழில் இயங்கிய சக்தியாக அவரை அடையாளப்படுத்தலாம். யாப்புவடிவில் அவர் சொற்கள் ஓர் அருவியைப்போல விழுந்துகொண்டிருப்பதைப் பார்க்க வியப்பாக இருக்கிறது. அதன் பாய்ச்சலில் ஒரு தடையுமில்லை. சீரான வேகத்துடனும் தாளலயத்துடனும் சொற்கள் பொங்கிப் பெருகியபடி இருக்கின்றன. எடுத்துரைப்பில் அவருடைய பாடல்களில் ஒரு சின்னப் பிசகுகூட இருப்பதில்லை. அவர் பாடல்களை மனமொன்றிப் படிக்கும்போது அச்சொற்களின் கதகதப்பு நம் மனத்தில் மெல்லமெல்லப் படியத் தொடங்குகிறது. அந்த வெப்பம் பெருகப்பெருக அச்சொற்கள் ஏதோ ஒரு புள்ளியில் நம் நெஞ்சிலிருந்து பெருகுவதைப்போல ஓர் உணர்வு உருவாகத் தொடங்குகிறது. அந்த அனுபவத்தை நம் அனுபவமாக எண்ணும் விருப்பமும் ஏற்படுகிறது. அவருடைய அரைநூற்றாண்டுக்காலக் கவிதைகளில் அத்தகு விருப்பத்தை உருவாக்குபவையே மிகுதி. அது அவருடைய தனிப்பட்ட வெற்றி.

அவருடைய அனுபவத்தை நம் அனுபவமாக மாற்றி எண்ணிக்கொள்ளும் விருப்பம் என்று சொல்வதற்கும் நமக்கும் இத்தகு அனுபவங்கள் வாய்த்திருக்கின்றனவே என்று கரைந்து நெகிழ்வதற்கும் ஒரு சின்ன வேறுபாடு உண்டு. மனம் எண்ணும் ஒன்றை நம்பி நடைமுறைப்படுத்தி அப்புள்ளியிலேயே தோய்ந்து திளைத்திருத்தல் என்பதுதான் அந்த வேறுபாடு. ஒற்றுமையும் வேற்றுமையும் ஒரே புள்ளியில் நிகழ்வது விசித்திரமாகத் தோன்றலாம். ஆனால் தங்கப்பாவின் பாடல்களைப் படிக்கும்போது எழுவது இந்த எண்ணம்தான். தமிழ்ப்பாடல் மரபில் இத்தகைய ஒற்றுமைக்கும் வேற்றுமைக்கும் நீண்ட மரபு உண்டு. "மரத்தை மறைத்தது மாமத யானை, மரத்தின் மறைந்தது மாமத யானை" என்று மொழியும் பாவலரால் மரத்தையும் மாமத யானையையும் எவ்விதமான ஐயத்துக்கும் இடமின்றி ஒரே இடத்தில் பார்க்க முடிந்திருக்கிறது. அதைப் படிக்கும் வாசகர்களுக்கு அப்படி ஓர் அனுபவம் தமக்கும் வாய்க்கக்கூடாதா என்ற விழைவு ஏற்படுகிறது. ஆனால் அந்த விழைவு கூடிவராத அளவு ஏதோ ஒன்று தடையாகவும் இருக்கிறது. பக்தி இலக்கியக் காலகட்டத்துப் பாவலர்கள் அனைவருக்கும் இந்த அனுபவம் இருந்தது. காரைக்கால் அம்மையாருக்கு இருந்தது. ஆண்டாளிடம் இருந்தது. வள்ளலாரிடமும் குடிகொண்டிருந்தது. காக்கைச் சிறகினிலே நந்தலாலாவின் கரிய நிறத்தைக் கண்ட பாரதியாருக்கும் இருந்தது. அவர்களிடம் பொங்கி வழிந்த தெய்வநேச உணர்வுக்கு

அளவே இல்லை. நேசம் அவர்களைக் கரைத்துவிடுகிறது. நேசத்தில் கரைந்திருக்கும் போது தெய்வத்தின் இருப்பை விருப்பபட்ட விதங்களில் மாற்றி அவர்கள் நிகழ்த்தும் உரையாடல்கள் அற்புதமாக இருக்கின்றன. ஆண்டாளைப்போல, பாரதியாரைப்போல நமக்கும் ஆவேசமாக உரையாட ஆசையாகவே உள்ளது. ஆனால் அது நிகழ்வதில்லை. "ஊரிலேன் காணியில்லை, உறவு மற்றொருவரில்லை" என்றோ "ஊர் வேண்டேன் பேர்வேண்டேன்" என்றோ சொல்லியவண்ணம் அவர்கள் அளவுக்கு நம்பிப் பின்செல்ல நம்மால் முடியவில்லை. அதனாலேயே அவர்கள் அளவுக்கு நம்மால் கரைந்துபோகவும் முடியவில்லை. இந்த ஒற்றுமையையும் வேற்றுமையையும் பல நூற்றாண்டுகள் கடந்து நம்மை மீண்டும் உணரவைக்கின்றன தங்கப்பாவின் பாடல்கள். ஆனால் இப்பாடல்களின் பின்புலம் பக்தி அல்ல, சமூகம்.

'விழிப்பு வேண்டும்' என்பது தங்கப்பாவின் ஒரு பாடல். அப்பாடலில் ஒருவர் சாலை வழியாக நடந்து வருகிறார். வழியில் கல்லொன்று கிடக்கிறது. வருகிறவர்கள் போகிறவர்கள் காலில் இடிக்குமே என்று காலாலேயே அக்கல்லை உதைத்துத் தள்ளுகிறார். உதைபட்டு உருண்டோடிய அந்தக் கல் பாதை விளிம்பைத் தாண்டி வேகமாகச் சென்று பாதையருகே பயிர் நிலத்திடையே ஓரமாக தழைத்திருந்த ஓர் ஆமணக்குச் செடியின் கொழுந்தைத் தாக்கி ஒடித்துவிட்டு கீழே விழுகிறது. கல்லை ஒதுக்கித் தள்ளியவர் கண்களிலும் இக்காட்சி படுகிறது. தன் செயலுக்காக உண்மையிலேயே உள்ளம் வருந்துகிறார். வருந்தி என்ன செய்யுமுடியும்? நல்லது செய்வதாக நினைத்துக்கொண்டு நாம் ஏதோ ஒன்றைச் செய்யத் தொடங்குகிறோம். ஆனால் வேறொன்றை அது பாதித்துச் சிதைத்து விடுகிறது. இங்கே நோக்கம் நல்லதாகவே இருக்கிறது. செயலும் நல்லதாகவே இருக்கிறது. ஆனால் முடிவில் எதிர்பார்த்த நல்லதும் நடப்பதோடு எதிர்பாராத பாதிப்பும் நிகழ்கிறது. எதிர்பாராத பாதிப்பையும் நாம் கணக்கிலெடுத்துக் கொள்ளும் விழிப்புணர்வு வேண்டும் என்ற எண்ணத்தை விதைக்கிறது தங்கப்பாவின் பாடல். இந்த எளிய பாடலில் சித்தரித்துக் காட்டப்படும் நிகழ்ச்சி நம்மில் பல பேருடைய வாழ்க்கையில் நிகழ்ந்திருக்கலாம். அந்த எண்ணம் அப்பாடலைப் படிக்கும்போது உடனடியாக ஒரு நெருக்கத்தையும் ஒற்றுமையையும் உணரவைக்கிறது. ஆனால் அவர் சுட்டிக்காட்டும் விழிப்பு நம்மிடம் இல்லை. அங்கு எதிர்பாராத ஒரு வேற்றுமையுணர்வு நம் மனத்தில் எழுகிறது.

'வாழும் காதல்' என்பது தங்கப்பாவின் இன்னொரு பாடல். ஓர் இளம்பெண்ணுக்கும் இளைஞனுக்கும் நிகழும் உரையாடலாக அமைந்த பாடல். உரையாடலென்று சொல்வதுகூட பிழையாகலாம். காதலை முன்மொழியும் இளைஞனைநோக்கி இளம்பெண் நிகழ்த்தும் உரை

என்றுதான் அதைச் சொல்லவேண்டும். நான்கு விருத்தங்களைக் கொண்ட இப்பாடல் பல தளங்களைநோக்கி அழகாக நகர்ந்து செல்லும் தன்மை கொண்டதாக உள்ளது. "சிவந்த உடல் அழகினுக்கும் முகமலர்க்கும் சிற்றிடைக்கும் மென்மயில்நேர் சாயலுக்கும் உவந்துன்னை நான் காதலித்தேன் என்பீராயின் உயர்வுடையீர், உம்காதல் எனக்கு வேண்டாம்" என்று மறுக்கத் தொடங்குகிறாள் அந்தப் பெண். அவனுடைய காதலை ஏற்க மறுப்பதற்கு அவளுக்கென்று ஒரு தனிப்பட்ட காரணம் இருக்கிறது. தன்னைவிடச் சிவந்த உடலும் தன்னைவிடச் சிவந்த அழகும் தன்னைவிட மென்மையும் கொண்ட ஒருத்தியைச் சந்திக்க நேரும் வாய்ப்பு அமையுமென்றால் அவற்றால் அவள் ஈர்க்கப்படமாட்டான் என்று எப்படிச் சொல்லமுடியும்? ஈர்ப்புக்கான மையப்புள்ளி அழகு என இருக்கும் நிலையில் அந்த ஈர்ப்பு இன்னும் கூடுதலாகத்தானே அப்போது செயல்படும். "அப்போது என்னைவிட்டு அவர் பின்னால் போகத்தானே செய்வீர்கள்?" என்று கேட்கிறாள் அவள். பிறகு "கல்வியினால் நுண்ணறிவால் பாட்டியற்றும் கற்பனையின் திறத்தாலே கவர்ச்சியுற்று மெல்லிடைனைக் காதலித்தேன் என்பீராயின் மேதகையீர், உம்காதல் எனக்கு வேண்டாம்" என்று மறுபடியும் உறுதியாகத் தன் மறுப்பைத் தெரியப்படுத்துகிறாள். கல்வி, அறிவு திறமை என்பவை ஈர்ப்புக்கான மையங்கள் என ஆகும் நிலையில் இவற்றைவிட கூடுதலான கல்வி, கூடுதலான அறிவு, கூடுதலான திறமை ஆகியவற்றைக் காணநேரின் மனம் விலகிச் செல்லாது என எப்படி எடுத்துக்கொள்ள முடியும் என்று கேட்கிறாள். இப்படி நான்கு விருத்தங்கள் இருக்கின்றன. உரையின் முடிவில் தன்னை எல்லாவிதக் குறைகளோடும் நிறைகளோடும் காதலிக்கும் எண்ணத்தை அவனிடம் விதைக்கிறாள். குறைகளையும் நிறைகளையும் இணையானவையாக மதித்து மனமொப்பி உருவாகும் காதலில் ஊறும் உணர்ச்சியை அவனை உணரவைக்கிறாள். "வையமெலாம் அழிந்தாலும் கடல்தூர்ந்தாலும் வாழும் அந்தக் காதல்" என்று சொல்லி முடிக்கிறாள். இப்படி ஓர் உரையாடல் நம்மிடம் நிகழ்த்தப்பட்டால் நமக்கு என்ன தோன்றும்? பிடித்ததன்பால் விருப்பு, பிடிக்காதவற்றின்பால் வெறுப்பு, ஈடுபாடு அல்லது ஒவ்வாமை, ஆசை அல்லது விலகல், புன்னகை அல்லது சினம் என இரு வேறுவேறு விளிம்புகளிடையே மாறிமாறி ஊடாடுகிற நம் மனத்துக்கு இந்தக் கோரிக்கை விசித்திரமாகப் படலாம். ஆணுக்கும் பெண்ணுக்கும் இடையிலான காதல் ஏற்பாகமட்டும் பாடலைச் சுருக்கிப் பார்க்கத் தேவையில்லை. உலகை ஏற்றுக்கொள்தல், உறவுகளை ஏற்றுக்கொள்தல், விமர்சனங்களை ஏற்றுக்கொள்தல் எனப் பல ஏற்றுக்கொள்தல்களை இதன் விரிவாகக் காணலாம். 'குறைகளோடு ஒன்றை ஏற்றுக்கொள்தல்' என்பது அவ்வளவு எளிதான செய்தியல்ல, ஆனால் தங்கப்பாவின் மனத்துக்கு அது சாத்தியமாகியுள்ளது.

'குழந்தைகள் ஆட்டம்' என்பது இன்னொரு பாடல். மணல்வீடு கட்டி விளையாடும் குழந்தைகளின் களியாட்டத்தைச் சித்தரிக்கிறது இப்பாடல். ஓட்டாங்கச்சிகளைப் பண்டங்களின் சேமிப்புப் பாத்திரங்களாகவும் மணலைப் பருப்பாகவும் வேப்பங்கொழுந்தைக் கீரையாகவும் சுண்ணாம்புத் தூளை சக்கரையாகவும் துத்தி இலைகளை அப்பளங்களாகவும் சுட்டி நிகழ்த்தப்படும் அந்தப் பிள்ளைப் பெருவிருந்தில் கலந்துகொள்ள பாவலருக்கும் அழைப்பு விடுக்கப்படுகிறது. தட்டு என்று போடப்பட்ட இலையில் சோறெனெ மண்ணும் குழம்பென தண்ணீரும் பரிமாறப்படுகின்றன. அவரும் உண்ணுவதைப்போல நடித்து பிசைந்தும் உண்டும் காட்டியதும் சிறுவர்கள் மகிழ்ச்சி உச்சத்துக்குப் போய்விடுகிறது. "வீட்டுச் சுவர்களும் மண்ணே - அவர் விரும்பும் சுவைப்பொருள் மண்ணே, கூட்டுக் கறிகளும் மண்ணே நெய்க்குப்பியும் காண்பதும் மண்ணே" என மண்ணை வெவ்வேறு விதமாகக் கற்பனை செய்து பார்த்துத் துய்க்கும் சிறுவர்களோடு சிறுவனாக பாவலரும் இன்பத்தில் திளைக்கிறார். இன்னொரு பாடலில் அஞ்சல்காரருக்காகக் காத்திருக்கும் வேளையில் சுற்றுப்புற நிகழ்வுகளில் தோய்வதையும் புகைவண்டியைப் பிடிக்கச் சென்றுவிட்டு வேடிக்கை பார்த்தும் அங்குமிங்கும் நடந்தும் அசதியில் உறங்கியும் பொழுதைக் கழித்துவிட்டு புகைவண்டியைத் தவறவிட்டபிறகு, நாணத்துடன் வீட்டுக்குத் திரும்புவதைப்பற்றி இன்னொரு பாடலிலும் சொல்லப்படுகிறது. தங்கப்பாவின் நுன்றறுக்கணக்கான பாடல்களில் இப்படி எடுத்துக்காட்டாகச் சொல்ல ஏராளமான தருணங்கள் நிறைந்துள்ளன.

இப்பாடல்களில் விவரிக்கப்பட்ட சித்திரங்களைச் சற்றே தொகுத்துப் பார்க்கலாம். தொடக்கத்தில் எல்லாருக்கும் சாத்தியமாகும் ஒன்றாகவே எல்லாச் சித்தரிப்புகளும் தொடங்குகின்றன. ஆனாலும் இறுதியில் அவருக்குமட்டுமே சாத்தியமாகிற ஒரு புள்ளியில் எல்லாப் பாடல்களும் முடிவடைவது ஏன் என்பது ஒரு முக்கியமான கேள்வி. அவரிடம் நிரம்பி இருக்கிற அந்த நுட்பமான உணர்வு எது? பல்வேறு படிநிலைகளும் கூறுகளும் வளர்ப்புகளும் வண்ணங்களும் கொண்ட மனித நாகரிகத்தை வளர்த்தெடுக்கும் ஆவேசத்தில் அடிப்படையிலிருந்து பிறழ்ந்துவிடக்கூடாது என்னும் எச்சரிக்கை உணர்வாக அதை எடுத்துக்கொள்ளலாம். வாழ்க்கையின் அடிப்படைகளாக அன்பு, உண்மை, ஒழுங்கு, அகத்துன்ய்மை ஆகியவற்றை வரையறுத்துக்கொள்கிறார் தங்கப்பா. மனித நாகரிகம் செழுமையுற நாம் செய்யும் செயல்கள் இந்த அடிப்படைகளின் ஊற்றுக்கண்களிலிருந்து பீறிட்டெழும் முயற்சிகளாக இருக்கவேண்டும் என்று நம்புகிறார். இந்த நுட்ப உணர்வு செயல்படும்போதுதான் பாதையிலிருந்து அகற்றவேண்டிய கல்லை எவ்விதமான பாதிப்பும் இல்லாமல் நம்மால் அகற்றமுடியும். குறைகளும் நிறைகளும் இணைந்ததாகக் காதலை ஏற்றுக்கொள்ள இயலும்.

புகைவண்டியைத் தவறவிட்டதைப்பற்றிய இழப்புணர்ச்சி எதுவுமில்லாமல் திரும்பிவரமுடியும். காத்திருக்கிற சிறு வேளையில்கூட ஐம்புலன்களையும் விழிப்புற வைத்திருக்கமுடியும்.

இந்த நுட்பஉணர்வை என்னவென்று சொல்லி அடையாளப் படுத்தலாம்? கனிவு என்று சொல்லலாம். பரிவு என்று சொல்லலாம். கருணை என்று சொல்லலாம். அது மானுடமனத்தில் ஓர் அருவியைப் போல ஊற்றெடுத்துப் பொங்கியபடி இருக்கிறது. தங்கப்பாவைப்போன்ற ஒருசிலர்மட்டுமே அந்த ஊற்றை அடையாளம் காண்கிறார்கள். மற்றவர்களிடம் அந்த ஊற்றுக்கண் தூர்ந்துபோகும் அளவுக்கு அல்லது துலக்கம் பெறாத அளவுக்கு வேறு என்னென்னமோ சக்கைகளால் அடைபட்டுப் போயிருக்கிறது.

'பாடுகின்றேன்', 'தேடுகின்றேன்' ஆகிய இரண்டு நெடும் பாடல்களும் தங்கப்பாவின் சாதனைப்படைப்புகள் என்றே சொல்ல வேண்டும். இயற்கையோடு கரைந்து நிற்கும் உணர்வை 'பாடுகின்றேன்' பாடல்கள் முன்வைக்கின்றன. அன்பு நிறைந்த ஓர் இணைமனத்துக்கு ஓர் அழைப்பாக 'தேடுகின்றேன்' பாடல்கள் ஒலிக்கின்றன. இந்த இயற்கையோடு கரைந்து உவகையுறும் அரும்பெரும் வாய்ப்பை அனைவருக்கும் உரியதாக்கி இந்த உலகமே ஆனந்தத்தில் கரைந்து நிற்கும் கண்கொள்ளாக் காட்சியைக் காணும் பேராவல் உந்தித் தள்ள விடுக்கப்படும் அழைப்புகளே இப்பாடல்கள்.

அனைவரும் அன்பில் திளைத்து ஆனந்தமடைவதற்காகவே இந்த வாழ்க்கை நமக்கு வாய்த்துள்ளது. ஆனாலும் அதன் எளிய உண்மையை நாம் புரிந்துகொள்ள முயற்சி செய்வதில்லை. நூற்கண்டில் உள்ள நூலை முறையில்லாமல் இழுத்து சிக்கலாக்கிக்கொண்டு திண்டாடுகிற குழந்தையைப்போல வாழ்க்கையையும் சிக்கலாக்கிக்கொண்டு தவிக்கிறோம். மூழ்கி முத்தெடுக்க நினைக்காமல் எளிதாகக் கிடைக்கிற கரையோரக் கிளிஞ்சல்களைச் சேகரித்து அந்த மகிழ்ச்சியில் திளைத்துக் காலம் தள்ளுகிறோம். நம்மிடையே எங்காவது நெகிழ்ச்சியும் அன்பும் நிறைந்த ஒரு நல்ல உள்ளம் இருக்கக்கூடும் என்றும் தாய்ப்பசுவின் குரலைக் கேட்டதும் அடையாளம் கண்டு ஓடோடிவரும் கன்றைப்போல அந்த உள்ளம் எழுந்தோடி வந்து தன்னுடன் இணைந்துகொள்ளக்கூடும் என்னும் நம்பிக்கையில் 'தேடுகின்றேன்' பாடல்கள் தன் இணைமனத்தைத் தேடி ஒலித்தபடி உள்ளன.

உள்ரக்கம் தீர்வதுதான் வாழ்க்கையென்று நம்புகிறவர்களால் இன்றைய உலகம் நிறைந்துள்ளது. "உறவென்றால் தாம் நடுவில் நிற்றல் வேண்டும், உலகத்தார் தமைச்சுற்றி வருதல் வேண்டும்" என்ற பேராசையில் எங்கும் எல்லா இடங்களிலும் தம்மை நடுப்புள்ளியாக

நிலைநாட்டி நிற்கத் துடிக்கிறவர்களால் நிறைந்துள்ளது. தன்முனைப்பு என்னும் கிறக்கம் உச்சத்துக்கு ஏறிவிட பம்பரம்போல ஆடுகின்றவர்களாகவே அனைவரும் இருக்கிறார்கள். ஒன்று சொன்னால் அதை இன்னொன்றாகப் புரிந்துகொள்கிறார்கள். குயிலின் பாடல் அவர்கள் மனத்தைக் கரைப்பதில்லை. மாறாக, அதன் இறைச்சிமணம் அவர்களை ஈர்க்கிறது. அவர்களை நசைமனத்தவர்கள் என்று தம் பாடல்களில் அடையாளப்படுத்துகிறார் தங்கப்பா. மனத்தில் பொங்கி வழியும் நசையை வடியச் செய்துவிட்டு விடுதலையாகும் எண்ணம் எல்லாரிடமும் நிரம்பவேண்டும் என்று எதிர்பார்க்கிறார் தங்கப்பா. தன்னலத்திலிருந்து விடுதலை. நடுப்புள்ளியாகத் தன்னைக் கருதுவதிலிருந்து விடுதலை. செல்வத்திலிருந்து விடுதலை. புகழிலிருந்து விடுதலை. ஆனால் அது காற்றில் பறந்துபோகிற விடுதலை இல்லை. மண்ணில் ஆழமாகக் காலூன்றி நிற்கிற விடுதலைதான். ஒரு மரத்தைப்போல நிற்கிற விடுதலை. வானம் வெப்பத்தையும் மழையையும் குளிரையையும் வாரி இறைக்கும். ஒளியும் இருளும் மாறிமாறி வந்தணைக்கும். கொம்புகளில் மணிப்புறாக்களும் மற்ற பறவைகளும் வந்து உட்கார்ந்து தாவித்தாவி விளையாடும். கிளைகள் தன்னிச்சையாக யாருக்கோ நிழலாக நின்று பயன்தரும். கனிகள் எல்லா உயிர்களுக்கும் உணவாகும். பச்சை இலைகள் படர்ந்து அரும்பும். பழுத்த இலைகள் உதிர்ந்துபோகும். அந்த மரம் எல்லாவற்றிலும் தோய்ந்திருக்கும். அந்த மரம் எல்லாவற்றுக்கும் இடம் தரும். அந்த மரம் எல்லாவற்றோடும் இணைந்திருக்கும். அதே நேரத்தில் எல்லாவற்றிலிருந்தும் விலகி நிற்கும். அந்த மரம் துய்க்கும் விடுதலையை மனம் துய்க்கும் நிலைக்கு மானுடன் உயரவேண்டும் என்பது அவர் விருப்பம்.

இந்த விடுதலையை தங்கப்பா தம் பாடல்களில் ஏன் பரிந்துரைக்கிறார் என்றொரு கேள்வியை எழுப்பிக்கொள்ளலாம். மானுடனை ஒரு சமூக விலங்காக வரலாறு சொல்வதுண்டு. வனவிலங்கை விட இந்தச் சமூகவிலங்கு மோசமான பண்புகளைக் கொண்டிருக்கிறது. விலங்கின் அடிப்படைக் குணம் வேட்டையாடுவதும் தனக்குரிய வனத்தில் சுதந்திரமாகத் திரிதலும். ஒரே காட்டில்தான் புலியும் சுதந்திரமாகத் திரிகிறது. மானும் சுதந்திரமாகத் திரிகிறது. பசிக்கு உணவைத் தேடிச் செல்லும்போதுதான் புலி மானை வேட்டையாடிக் கொல்கிறது. மானும் பசிக்கும்போதுதான் புற்களையும் இலைக்கொழுந்துகளையும் மேய்ந்து வயிற்றை நிரப்பிக்கொள்கிறது. பசியில்லாத நேரத்தில் எந்த விலங்கும் எதையும் கொல்வதில்லை. உண்பதுமில்லை. ஒன்றுக்கொன்று இரையாக இருந்தாலும் ஒவ்வொன்றும் தனிப்பட்ட அளவில் சுதந்திரமாக வாழும் வாழ்க்கை விலங்குகளுக்கு வாய்த்துள்ளது. விலங்குகள் வாழ்வில் கடைபிடிக்கப்படுகிற இந்தச் சின்ன அறம்கூட சமூக விலங்கான மனிதனிடம் இல்லை. பசிக்காத போதும் வேட்டையாடும் விலங்கு

மனிதன். தேவையில்லாதபோதும் வேட்டையாடி வேட்டையாடி கொலைத் தொழிலை விடாது செய்கிறவன் மனிதன். அவனைப் பொறுத்தவரை வேட்டையாடுவது என்பது உணவுக்காகமட்டும் அல்ல. வேட்டையாடும் சுவையில் திளைக்க. இப்படிப்பட்ட சுவைதான் சமுகவிலங்கை ஆட்டிப்படைக்கிறது.

பத்து தலைமுறைகள் உட்கார்ந்து சாப்பிட்டாலும் கரையாத செல்வத்துக்குச் சொந்தக்காரனாக இருக்கிற மனிதன், போதுமென்ற எண்ணத்தோடு செல்வம் தேடும் வேட்டையை நிறுத்தாமல் மீண்டும் மீண்டும் செல்வத்தைத் தேடி ஓடுவது எதற்காக? செல்வத்துக்காக அல்ல. அந்த ஓட்டத்தின் சுவையில் திளைப்பதற்காக. ஊர்விட்டு ஊர்சென்றும் நகர்விட்டு நகரம் சென்றும் ஏராளமான பெண்களை வேறுவேறு பெயர்களில் வேறுவேறு சூழல்களில் வளைத்துச் சுவைத்து உதறிவிட்டுச் செல்கிறவர்களைப்பற்றிய செய்திகள் செய்தித்தாட்களில் ஏராளமாக இடம்பெறுகின்றன. அந்த இன்பத்தின் சுவை அவர்களை ஏன் இழுத்துக் கொண்டே இருக்கிறது? எழுந்து நின்று பத்தடிகூட நடக்க முடியாதவர்கள் எல்லாம் மீண்டும்மீண்டும் தேர்தலில் நின்று ஆட்சியதிகாரத்தைக் கைப்பற்றவும் பதவி நாற்காலியில் அமரவும் ஏன் மனிதர்கள் துடிக்கிறார்கள்? அதிகாரச்சுவையை விட்டுவிலகி நிற்கும் ஒரேஒரு கணத்தைக்கூட அவர்களால் கற்பனைசெய்தும் பார்க்கமுடிவதில்லை.

தன்னை ஆட்டிப்படைக்கும் சுவையிலிருந்து விடுபடாமல் மறுபடியும் மறுபடியும் அதை நாடி அலைகிற சமுகவிலங்காக மனிதன் வாழ்ந்தாலும், தன் வாழ்வின் பொருளின்மையையும் காலமெல்லாம் தான் திளைத்திருந்த சுவையின் பொருளின்மையையும் வெறுமையையும் புரிந்துகொண்டு தெளிவைநோக்கி நகர்ந்த ஒருசில கணங்களும் வரலாற்றில் நிகழ்வதுண்டு. தொட்டதெல்லாம் பொன்னாகும் வரம்பெற்ற மைதாஸ் அள்ளியுண்ண ஒரேஒரு வாய் சோறுகூட இல்லாமலும் எடுத்துக் குடிக்க ஒரேஒரு வாய் தண்ணீர்கூட இல்லாமலும் தவித்தபோது செல்வத்தின் பொருளின்மையைப் புரிந்துகொண்டிருப்பான். மற்றவர்களுடைய வீரமும் உதவியும் படையும் ஒத்தாசையாக நிற்குமென்று நம்பி சீதையைக் கவர்ந்து வரவில்லை என்றும் தன் வீரத்தை நம்பியே அவளைக் கவர்ந்து வந்ததாகவும் அறைகூவல் விடுத்து, அறிவுரை சொல்ல வந்தவர்களை அவமானப்படுத்தி விரட்டிய இராவணன் யுத்தகளத்தில் இராமனால் நிராயுதபாணியாக்கப்பட்டு “இன்றுபோய் நாளை வா” என்று சொல்லக் கேட்ட தருணத்தில் வீரத்தின் பொருளின்மையை அவன் உணர்ந்துகொண்டிருப்பான். இப்படியே பதவியின் பொருளின்மையை, புகழின் பொருளின்மையை, திறமையின் பொருளின்மையை, உறவின் பொருளின்மையை, வாழ்வின் பொருளின்மையை மனிதன் உணர்ந்துகொண்ட தருணங்கள் ஏராளமாக

உண்டு. உலக இலக்கியங்கள் அனைத்தும் இந்தப் பொருளின்மையையே ஆயிரமாயிரம் பக்கங்களில் மீண்டும்மீண்டும் எழுதிவந்திருக்கின்றன. கண்கள் திறக்கும் அத்தருணத்தில் பிறக்கிற தெளிவு மிகவும் முக்கியம். தன் இலட்சியத்திலும் ஆரவாரத்திலும் மிடுக்குகளிலும் உறைந்திருக்கிற அபத்தத்தையும் பொருளின்மையையும் உணரும்போது பிறக்கும் தெளிவு ஒரு துளிரைப்போல நெஞ்சில் படர்கிறது.

இலக்கியப் படைப்பாளிகள் இந்தப் பொருளின்மையை தம் படைப்புகளில் நிகழ்த்திக்காட்டி தெளிவை முன்னிறுத்துகிறார்கள். இராமாயணம், மகாபாரதம் தொடங்கி எடுத்துக்காட்டாகச் சொல்ல ஏராளமான படைப்புகள் நம்மிடையே உண்டு. தெளிவின் சாரத்தை முன்வைத்து, மானுட மனத்தை, வாழ்க்கையில் திளைக்கும்பொருட்டு படைப்போவியங்களைத் தீட்டிய படைப்பாளிகளும் நம்மிடையே வாழ்ந்திருக்கிறார்கள். முக்கியமான எடுத்துக்காட்டு திருவள்ளுவர். அவர் தன் திருக்குறளில் முன்வைப்பவை அனைத்தும் ஒருபக்கம் தெளிந்த உண்மை. இன்னொரு பக்கம் வாழ்வில் திளைத்த சுவை. சிறுகுழந்தைகளின் விரல்படிந்த கூழின் சுவையிலிருந்து உப்பிடுவதைப் போல அளவோடு ஊடிப் பின்பு கூடிப் பெறுகிற இன்பத்தின் சுவை வரை அவர் முன்வைக்கும் சுவைகள் ஏராளம். "செல்வத்துள் செல்வம் செவிச்செல்வம் அச்செல்வம் செல்வத்துள் எல்லாம் தலை" என்றும் "ஒழுக்கம் விழுப்பம் தரலான் ஒழுக்கம் உயிரினும் ஓம்பப்படும்" என்றும் வள்ளுவர் முன்வைக்கிற தெளிவுகள் எண்ணற்றவை.

வள்ளுவரின் வழிவந்த படைப்பாளியாக தங்கப்பாவைச் சொல்லலாம். அவருடைய சரிபாதி படைப்புகள் அன்பு, உண்மை, ஒழுங்கு என்னும் மரணமில்லாத உண்மைகளைப் பேசுபவை. மீதமுள்ள படைப்புகள், வாழ்வில் திளைப்பதால் அடையத்தக்க ஆனந்தத்தை முன்வைப்பவை. தன் வாழ்க்கைமுறையை "மெல்லியல் வாழ்க்கை" என்று தங்கப்பா ஒரு பாடலில் வரையறுத்துக்கொள்கிறார். "மலரிடை இளந்தென்றலைப்போல், தாய் மார்பினை வருடிடும் மகவினைப்போல் உலகிடை இயங்கிடுவேன்- சற்றும் உராய்வின்றி எங்கணும் உலவிடுவேன். இலகு வெண்பளிங்கினைப்போல்- மனம் இருப்பதனால் ஒரு துயர் இலையே" என்பவை அவர் தன்னைப்பற்றி எழுதிவைத்திருக்கும் வரிகள்.

தங்கப்பாவின் 'தெருக்கூத்து' பாடலை இங்கே நினைத்துக் கொள்ளலாம். மேடை எதுவுமின்றி ஒரு மேட்டுப்பாங்கான இடத்தில் கிராமத்தவர்களால் நிகழ்த்தப்படும் தெருக்கூத்து பற்றிய சிறுகுறிப்பு இப்பாடலில் தீட்டிக்காட்டப்படுகிறது. "இராவணன் பாட்டுக்கு தாளமிட்டே-இங்கு இராமனும் பாடுவான் பின்பாட்டு. துரோபதை சேலை அவிழந்து விட்டால் - அதைத் துச்சாதனன் சரிசெய்துவைப்பான்" என்பது பாடலின் ஒரு பகுதி. பாதியில் பேச்சை மறந்து நிற்கும் பாண்டுவின் மைந்தனுக்கு

அடங்கிய குரலில் பாடல்வரிகளை எடுத்துக்கொடுக்கும் குறிப்பு இன்னொரு பகுதியில் இடம்பெறுகிறது. புனைவுப் பாத்திரங்கள் அப்பாத்திரங்களுக்குரிய குணங்களிலிருந்து விலகி, உண்மையான நட்புறவோடு நடந்துகொள்கிறார்கள் என்பதுதான் இச்சித்திரத்திலிருந்து நாம் உடனடியாகக் கண்டடைகிற உண்மை.

தெருக்கூத்தின் இந்த உண்மையை நம் மானுட வாழ்வோடு பொருத்திப் பார்க்கும்போது நாம் கண்டடையும் உண்மை இன்னும் ஒளி மிகுந்ததாக உள்ளது. ஆணென்றும் பெண்ணென்றும் ஏதேதோ பெயருக்குரியவர்களாக பிறந்து மனிதர்களாக வாழ்வதுகூட தெருக்கூத்தின் புனைவுக்குச் சமமானதுதான். அந்தப் புனைவை உதறி மானுடத்தின் அடிப்படையான அன்பையும் ஆதரவையும் கைவிடாதவர்களாக மனிதர்கள் வாழவேண்டும் என்னும் பேருண்மையை நாம் அறிந்துகொள்ள முடியும். அணிதிரட்டவும் அறைகூவல் விடவும் ஆரவாரத்தை வெளிப்படுத்தும் ஏராளமான குரல்களுக்கு இடையே அமைதியான தொனியில் உண்மையையும் கனிவையும் முன்வைக்கும் தங்கப்பாவின் குரல் மிகவும் முக்கியமானது என்பது என் நம்பிக்கை.

"வரலாற்றிலிருந்து மனிதன் ஒருபோதும் பாடம் கற்றுக்கொள்வதில்லை" என்ற கசப்பான உண்மையே நாம் கற்கும் பாடமாகிவிட்ட சூழலில் சித்தர்கள் காலத்திலிருந்தும் வள்ளுவர் காலத்திலிருந்தும் அடிப்படை உண்மைகளை முன்வைத்து வாழ்க்கையைப்பற்றி ஆழ்ந்து எண்ணிப்பார்க்கத் தூண்டும் படைப்புகளை ஒவ்வொரு காலகட்டத்திலும் யாரோ சில படைப்பாளிகள் உருவாகி மீண்டும்மீண்டும் எழுதிச் செல்கிறார்கள். நம் காலத்தில் அந்த உண்மையை எடுத்துரைக்கும் படைப்பாளியாக வாழ்ந்தவர் தங்கப்பா.

எழுதும் ஆற்றலை செய்திறன் என்ற அளவில் வரையறுத்துக் கொள்ளும் தங்கப்பா, படைப்பாக்கம் என்பதை வாழ்வியல் ஆக்கமாகப் பொருள்கொள்கிறார். அதற்கு அடிப்படையானது அன்பில் ஊறி நிற்கும் பேணுதல் உணர்வு. செய்திறனுக்கும் பேணுதல் உணர்வுக்கும் எந்தத் தொடர்புமில்லை. எல்லா அழகுகளுக்கும் எல்லா நல்லவைக்கும் எல்லா ஒழுங்குகளுக்கும் ஊற்றுக்கண்ணாக நிற்பது இந்தப் படைப்புணர்வு. இந்தப் படைப்புணர்வில் ஊறிப் பிறக்காத செய்திறன் பயனற்றது. ஆனால் செய்திறன் சாராவிட்டாலும் படைப்புணர்வு மலர்ச்சியடையும் ஆற்றல் மிக்கது. அது தன்னளவில் முழுமையுடையதாகும். கலை இலக்கிய வரலாற்றில் மட்டுமல்ல, வேறு பல வகைகளிலும் அது துலக்கமுறும். துலங்காவிட்டாலும் அது ஒரு பெரிய குறையாகாது. துலக்கமும் ஒடுக்கமும் அதற்கு ஒன்றே. இன்னும் தெளிவாகக் கூறவேண்டுமென்றால், வாழ்க்கைநலம் பேணுவதுதான் படைப்புணர்வு. எதிலும் ஒழுங்கு சிதைந்துவிடக்கூடாதென்றும் உலகம் நலம் நிரம்பி இனிதே

நடைபெறவேண்டுமே என்ற பதைப்பும் துடிப்பும் மனத்தில் எல்லாநேரமும் ஒலித்தபடி இருப்பதுதான் படைப்புணர்வு. இந்தப் பேணுதல் உணர்வோடும் அக்கறையோடும் அன்போடும் கனிவோடும் உலா வருகிறவனே படைப்பாளன். கவிதை, கதை, நாடகம் என எதையுமே எழுதாவிட்டாலும்கூட அவன் படைப்பாளன். படைப்பைப்பற்றியும் படைப்பாளனைப்பற்றியும் இப்படி தங்கப்பா தன் பாடல்தொகுதிகளுக்கு எழுதிய முன்னுரைகளில் ஏராளமான குறிப்புகளை எழுதி வைத்திருக்கிறார்.

எந்த உண்மையை நாம் உணர்ந்தால் நம் உள்ளத்தில் ஒளிவெள்ளம் பாயுமோ, அந்த உண்மையை எடுத்துரைப்பவை தங்கப்பாவின் பாடல்கள். மானுடகுலம் காலம்காலமாக வாழ்வின் சாரமாக எந்தப் புள்ளியைக் கண்டுணர்ந்ததோ, அந்தப் புள்ளியை மீண்டும் தொட்டுக்காட்டுகிறார் தங்கப்பா. அன்பு, ஆனந்தம், கனிவு, பரிவு என எல்லாம் இணைந்த ஒரு புள்ளி அது. எல்லா மொழிகளின் இலக்கியத்துக்கும் ஊற்றுக்கண்ணாக இருக்கிற புள்ளி. தங்கப்பாவின் பாடலுலகின் மையமாக இந்தப் புள்ளியே விளங்குகிறது என்பதில் எவ்விதமான சந்தேகமும் இல்லை. அவர் தன் வாழ்க்கையைத் துலக்கமாக வைத்திருந்தபோதும் ஒடுக்கமாக வைத்திருந்தபோதும் அவருடைய பாடல்கள் வைரமணிகளாக மின்னிக்கொண்டிருக்கின்றன.

\*\*\*

## 11. மழைக்காலமும் குளிர்காலமும்

குறுந்தொகைப் பாடல்களை மனம்தோய்ந்து படிக்கும்போது நம்மையறியாமலேயே சில படிமங்களும் வரிகளும் நம் ஆழ்மனத்தில் படிந்துவிடுவதை உணரலாம். பிறகு, அப்பாடல்களைப்பற்றிய பேச்சு எழும்போதெல்லாம் அப்படிமங்களை முன்வைத்துப் பேசும் வழக்கமும் தானாகவே வந்துவிடும். அத்தகு படிமங்கள் அனைத்தும் ஒருவகை விசைப்புள்ளிகளுக்கு நிகரானவை. அவற்றின் மீது நம் கவனம் குவிந்த கணத்திலேயே அப்பாடல் உலகத்தை நம் கற்பனையில் விரிவாக்கிக் கொள்ள முடியும். கங்குல் வெள்ளம் கடலினும் பெரிதே, கன்றும் உண்ணாது கலத்திலும் படாது, கையில் ஊமன் கண்ணின் காக்கும் வெண்ணெய் உணங்கல், சிறுகோட்டுப் பெரும்பழம், செம்புலப்பெயல்நீர், யாருமில்லை தானே கள்வன், பெருங்களிறு வாங்க முரிந்து நிலம்படா நாருடை ஒசியல், நோக்கிநோக்கி வாள் இழந்தனவே போன்றவை அனைத்தும் நாம் ஒருபோதும் மறக்கமுடியாத வரிகள். சொற்கள் அடுக்கப்பட்டிருந்த முறையாலும் சொன்ன விதத்தாலும் இவ்வரிகளுக்கு நம் மனத்தில் நிலையானதொரு இடம் உருவாகிவிட்டது.

புதியபுதிய சொற்சேர்க்கையும் புதிய கூறுமுறையும் உள்ளவர் களுடைய ஆக்கங்களுக்கு மட்டுமே ஒவ்வொரு தலைமுறையிலும் முன்வரிசையில் இடம் கிடைக்கின்றன. அவர்கள் எழுதிச் செல்லும் வரிகளே காலத்தைக் கடந்து நிற்கின்றன. தேய்வழக்குகளை முற்றிலும் கைவிடும் ஒரு படைப்பாளர் மட்டுமே மொழியைப் புதுமையுறச் செய்கிறார்.

நம் காலத்தைச் சேர்ந்த தலைசிறந்த மரபுப்பாவலர் தங்கப்பா. பாட்டுக்காக அவர் தேர்ந்தெடுத்திருக்கும் வடிவம் பழமையானதாக இருந்தாலும் பாடல்களைக் கட்டமைக்கும் விதத்தில் அவர் ஒருபோதும் பழமைக்கு இடமளித்ததில்லை. அவ்விதத்தில் அவரைப் புதுமைப்பாவலர் என்றே சொல்லவேண்டும். மரபுக்கே உரிய தாளக்கட்டும் ஓசை நயமும் அவருடைய பாடல்களில் மிக இயல்பாக படிந்திருக்கின்றன. அதே சமயத்தில் தம் பாடல்களை பழைய கருத்துலகத்தின் திசையை நோக்கிச் சென்றுவிடாதவண்ணம் கட்டுப்படுத்தி புதிய திசைகளை நோக்கி விரித்தெடுக்கும் ஆற்றலும் எச்சரிக்கையுணர்வும் தங்கப்பாவிடம் காணப்படுகின்றன.

மன எழுச்சி மிக்க ஒரு தருணத்தில் மழைக்காலத்தைப்பற்றி நாற்பது வெண்பாக்களும் குளிர்காலத்தைப்பற்றி நாற்பது வெண்பாக்களும் எழுதிய தங்கப்பா வழக்கம்போல நண்பர்களின் வாசிப்புக்குப் பிறகு கோப்பிலேயே வைத்திருந்தார். சில ஆண்டுகள் கழித்து தமிழ்க்குடிமகனை ஆசிரியராகக் கொண்டு வெளிவந்த கைகாட்டி என்னும் இதழில் சிறிது காலம் தொடர்பாடல்களாக வெளிவந்து

வாசகர்களின் கவனத்தை ஈர்த்தன. அதற்குப்பின், ஏறத்தாழ கால் நூற்றாண்டுக்குப் பிறகு கார் நாற்பது, கூதிர் நாற்பது என்னும் தலைப்புகளில் வகைப்படுத்தி 'காரும் கூதிரும்' என்ற பொதுத்தலைப்பில் பதினாறு பக்கங்களில் புத்தகமாக வெளியிட்டார். வெண்பாக்கள் அனைத்தும் காலத்தின் பழமையைக் கடந்து படித்ததும் பிடித்துவிடுகிற விதத்தில் அழகான கட்டமைப்பும் கச்சிதமான சொல்லாட்சியும் உள்ளவையாக இருந்தன.

மழைக்காலத்தைப்பற்றிய வெண்பாக்களில் மழைச்சாரலை உணரவைப்பதே தங்கப்பாவின் வெற்றி. ஒவ்வொரு வெண்பாவிலும் விதவிதமான உவமைகள். கச்சிதமான சொல்லாட்சிகள். உவமைகளால் கட்டியெழுப்பப்படும் காட்சிகள் வேகவேகமாக நகரும் சித்திரங்களைப் போல உள்ளன. முதல் பாடலிலேயே ஒரு குதிரை சவாரியை நினைவு படுத்துகிற உவமையொன்றைக் கையாள்கிறார் தங்கப்பா. காற்று குதிரையாக துள்ளி வருகிறது. அதன் முதுகில் உட்கார்ந்து வரும் வீரனாக கார்காலத்தைக் காட்சிப்படுத்துகிறார் தங்கப்பா.

வானில் முகில்கவிய வையம் திசையிருள
யானைபோல் சீறி இடிமுழங்க - மீன்நிறையும்
ஆர்கலிபாய் காற்றின் அரும்பிடர்மேல் போதருமே
கார்கலித்துப் பூமலியும் கார்.

திரும்பத்திரும்ப படிக்கும்தோறும் குளம்போசையை உணரவைக்கும் விதத்தில் ஓசைநயம் பொலிவதை உணரலாம்.

இன்னொரு வெண்பாவில் மக்கள் குறைகளைக் கேட்டறியவும் அவற்றை உடனுக்குடன் நீக்கவும் புடைசூழ வரும் ஒரு அரசனின் தோற்றத்தை கார்காலத்துக்கு அளிக்கிறார் தங்கப்பா.

ஓவென் றிரங்கும் ஒலிகடலும் சூறையொடு
சோவென் றிரையும் பெருமழையும் - காவெல்லாம்
பொங்கும் புனலும் புடைசூழ வந்ததே
கங்குல் பொழுதகற்றும் கார்

ஒருபுறம் கடல். இன்னொருபுறம் மழை. மற்றொரு புறம் வெள்ளம். ஒரு பவனியென இவையனைத்தும் புடைசூழ வருகிறது கார்காலம். அதன் வருகையால் பொழுதுமயக்கம் தவிர்க்கமுடியாததாகி விடுகிறது. கங்குலென்றும் காலையென்றும் மாலையென்றும் இனி தனித்தொரு பொழுதுக்கு இடமில்லை. எல்லாப் பொழுதுகளிலும் மழையின் ஆட்சியே திகழ்கிறது.

மற்றொரு வெண்பாவில் கார்காலத்தின் வருகையை புலியின் வருகையோடு ஒப்பிட்டுப் பேசுகிறார்.

காந்தள் விரிநகமாய் கள்வேங்கை பொன்னுடலாய்
ஏந்தும் இடியே எழுமுழக்காய் - பூந்தண்
தடங்குமுதம் செங்கண்ணாய் தாவுபுனல் பாய்த்தாய்க்
கடும்புலியை ஒத்ததே கார்

கார்காலம் என்னும் புலிக்கு வேங்கை மரமே உடல். காந்தள் மலர்களே நகங்கள். இடிமுழக்கமே சீறும் குரல். குமுத மலர்களே கண்கள்.

ஒரு பெண்ணின் வருகையாக கார்காலத்தின் வருகைக்காட்சியை தீட்டிக் காட்டும் இன்னொரு வெண்பாவும் இவ்வரிசையில் குறிப்பிடத்தக்கது.

கொண்டல் கருங்குழலாய்க் கூர்மின்னல் பாய்விழியாய்
ஒண்தளவம் வாயாய் ஒளிமுல்லை வெண்பல்லாய்
மேவுவண்டின் தீம்பண் மிழற்றி நடந்ததே
காவியுண்ட கண்ணின்நறுங் கார்

ஒரு குழந்தைக்கு விதம்விதமாக உடுத்தி அழகு பார்க்கும் அன்னையைப்போல கார்காலத்துக்கு பலவிதமான புனைவாடைகளைக் கட்டி நடமாடவிட்டு அழகு பார்க்கிறார் தங்கப்பா. அந்தப் புனைவுகளின் உச்சம், எருமைகளை விரட்டியபடி அவற்றின் பின்னால் நடந்துவரும் இடையனின் வருகையை கார்காலத்தின் வருகைக்கு இணையான காட்சியாக முன்வைக்கும் புனைவு. அந்த வெண்பாவை தங்கப்பாவுடைய கவித்துவத்தின் உச்சம் என்று சொல்லலாம்.

முல்லை நகைக்கின்ற முற்றத்தில் கார்எருமை
மெல்ல நடப்பதுபோல் மீமுகில்கள் - செல்லவிட்டுத்
தோட்டு மலர்புனைந்த தோளோடும் பின்வருமே
காட்டிடையன் போலுமந்தக் கார்

முகில்களை எருமைக்கூட்டமாக்கி, காலத்தை இடையனாக்கி உலவவிடும் இந்த வெண்பா எத்தனை முறை படித்தாலும் சுவை குன்றாத ஒன்று.

துள்ளிவரும் குதிரையாக, புடைசூழ வரும் அரசனாக, புலியாக, பெண்ணாக, மாட்டிடையனாக என விதம்விதமாக கார்காலத்தின் வருகையைத் தீட்டிக் காட்டும் தங்கப்பாவின் வெண்பாக்களில் காணப்படும் இயல்பான சொல்லாட்சி ஒரு வாசகனை மனம் பறிகொடுக்க வைப்பவை. இது ஒரு பகுதி. இன்னொரு பகுதியில் கார்கால நிகழ்ச்சிகள் நிறைந்திருக்கின்றன.

மழையின் வருகை மண்மணத்தோடு தொடங்குகிறது. பிறகு மண்ணைக் குளிரவைக்கிறது. அதைத் தொடர்ந்து காற்றையும் குளிரவைக்கிறது. இறுதியில் அனைத்தையும் தொட்டு குளிரவைக்கும் மழைக்கென தனித்துவம் மிக்கதொரு மணம் உருவாகிறது. மெல்ல மெல்ல உலகத்தையே நிறைக்கிறது அந்த மழை மணம். அத்துடன் நொச்சி மலரின் மணம் சேர்ந்துகொள்கிறது. மக்கள் சமைக்கும் கூழின் மணமும் மொச்சையின் மணமும் இணைந்துகொள்கின்றன.

நொச்சி மலர்மணமும் நொய்க்கூழ் மணமுமட்டில்
மொச்சை அவிமணமும் முன்கமழப் - பச்சைப்
பயற்றினிளங் காய்மணக்கும் பைந்துடவை ஆம்பல்
கயத்தினின்று தான்மணக்கும் கார்

பலவிதமான மணங்களால் நிறைந்த மழைக்காலத்தைப்பற்றிய தங்கப்பாவின் சொல்லோவியம் மனத்தைக் கொள்ளை கொள்கிறது.

கார்கால வருகையைப்பற்றிய பாடல்களைப்போலவே கூதிர்கால வருகையைப்பற்றிய பாடல்களும் கற்பனைநயம் கொண்டவையாக உள்ளன. மழைக்காலம் முடிந்ததும் குளிர்காலம் தொடங்கிவிடுகிறது. அதையொட்டி சூழலில் நிகழும் ஒவ்வொரு மாற்றத்தையும் கூதிர் நாற்பது பகுதியில் பதிவு செய்கிறார் தங்கப்பா. இருளும் குளிரும் இணைந்த பொழுதில் கோழிக்கூட்டத்தின் தயக்கம் மிக்க நடமாட்டத்தை அழகான காட்சியாகச் சித்தரிக்கிறார் தங்கப்பா.

கோழி இரைதவிர்த்து குஞ்சின் சிறகொடுக்கித்
தாழிரும் பெற்றம் தளர்வுறுத்திச் சூழிருளால்
எங்கும் மருள்பரப்பி ஏக்கம் விளைக்குமே
கங்குகுலொடு கூதிர்ப் பொழுது

இன்னொரு வெண்பாவில் பிரையிட்டும் தயிராக மாறாத பாலின் அவலம் பதிவு செய்யப்பட்டுள்ளது.

ஓயா மழைபிசிரும், உள்ளெலும்பில் போய்க்குளிரும்
பேயாய்க் காற்றாடும் பிரையிட்டும் - தோயாமல்
முன்னிரவின் தீம்பால் முகிழ்கொள்ள வந்ததே
புன்பனிதோய் கூதிர்ப் பொழுது

குளிர்காலம் தொடங்கியதும் சூழலில் உருவாகும் சிறுசிறு மாற்றங்களைப் பதிவு செய்யும் வெண்பாக்கள் கவனித்தக்கத்தக்கன.

காக்கணம் பூக்கும்,செங் காந்தள் அறமலரும்
பூக்கும் கொடிக்கோவை பொற்புறுநுணாக்கிளைமேல்

குன்றி தழைக்கும் குளிர்ந்த சரக்கொன்றை
பொன்றிகழும் கூதிர்ப் பொழுது

பூக்களை முன்வைத்தும், மிக இயற்கையாக சிறுவர்களிடையே மாறும் விளையாட்டுகள், உணவுவகைகளில் உருவாகும் வேறுபாடுகள், சுற்றுச்சூழலில் தென்படும் மாற்றங்கள் என அனைத்தையும் முன்வைத்திருக்கும் வெண்பாக்கள் பல குளிர்கால நிகழ்ச்சிகளை அடுக்கிக் காட்டுகின்றன.

எருக்குழியில் கேழ்வரகும் ஈரக் களத்தில்
உருக்குலைந்த வைக்கோல்மேல் ஒண்நெல்லும் சாணமிட்ட
முற்றத்தில் எள்ளும் முளைத்துச் செழிக்குமே
பொற்பார்ந்த கூதிர்ப் பொழுது

பச்சைப்பசேலென அரும்பி மரகத விரிப்பென எங்கெங்கும் விரிந்திருக்கும் மொட்டுகளை அகக்கண்ணால் காணும் விதத்தில் தீட்டப்பட்டிருக்கும் சொல்லோவியம் தரும் அனுபவம் மறக்கமுடியாதது.

இரவில் உல்லாசமாகப் பறந்து திரியும் ஈசல்கள் அருகிலிருக்கும் நீர்நிலையை அமர்ந்திருக்கத் தக்க இடமென பிழையாக நினைத்து அதன்மீது இறங்கி விழுந்து, விழுந்த கணத்திலேயே இறந்துவிடுகின்றன. அடுத்தடுத்து வந்து இறந்துபோன ஈசல்கூட்டம் ஒரு திரையெனப் படர்ந்து நீரின் தோற்றத்தையே மறைத்துவிடுகிறது. மறுநாள் காலையில் வலைவீசி அவற்றை அள்ளியெடுத்துச் செல்கிறார்கள் ஊர்மக்கள். தங்கப்பாவின் வெண்பா அக்காட்சியை மிகவும் அழகாகச் சித்தரிக்கிறது.

ஆர்வம்கொள் ஈயல் அயர்ந்திரவில் வீழ்ந்திறந்து
நீர்நிலைமேல் எல்லாம் நிரம்புமே - ஊரார்
வலைகொண்டு அவை அரிப்ப வந்துநிறை காட்சி
புலர்கொண்ட கூதிர்ப் பொழுது

ஈசல்களின் பின்னால் அலைதலையும் அவற்றைச் சுட்டுத் தின்னுவதையும் பற்றிய பல சித்தரிப்புகள் பல வெண்பாக்களில் நிறைந்திருக்கின்றன.

புயலில் புளியஞ் சருகு பறந்தே
அயல்சிதறிப் பின்தாழ்ந்து அங்கங்கே ஒதுங்கல்போல்
ஈசல் சிறகுகள் எங்கும்பறந்தொதுங்கி
பூசலுறும் கூதிர்ப் பொழுது

பறந்து ஒதுங்கும் ஈசலுக்கு உவமையாகச் சொல்லப்படும் புளியஞ்சருகு அழகானதொரு சொல்லாட்சி.

மரபுப்பாடல்கள் இப்போது பெரிதும் எழுதப்படுவதில்லை. அதற்கான வாசகர்களும் குறைவாகவே இருக்கிறார்கள். ஏன் இந்த நிலை உருவானது என்பது யோசிக்கவேண்டிய கேள்வி. மரபுவடிவத்தின் முக்கியமான அழகு அதன் சொல்லொழுங்கு. அவ்வடிவத்தைக் கையாள்வது என்பது கிட்டத்தட்ட நேர்த்தியாக நெசவு நெய்வதற்கு நிகரானது. குறுக்கும் நெடுக்கும் ஓடிவரும் இழைகள் சரியான தருணத்தில் ஓடிவந்து சேரவேண்டும். சரியான அழுத்தத்தோடு அவை ஒன்றெனப் பொருந்தவேண்டும். மிகச்சரியான இடைவெளிகளில் நிறங்கள் மாறிவரவேண்டும். ஒரே ஒரு கணம் பிசகினாலும் அல்லது ஒரே ஒரு இழை சுருங்கிப் போனாலும் அல்லது மாறிவிட்டாலும் நெசவின் அழகே குலைந்துபோய்விடும். சொல்தேடி அடுக்கும் மரபு வடிவத்திலும் இச்சிக்கல் உண்டு. சொல்லடுக்குக்காக வீணான தேவையற்ற சொற்களைக் குவிப்பதும் கற்பனையற்ற சொல்லாட்சியால் வறட்சியான சித்திரங்களைத் தீட்டுவதும் பெருகியதாலேயே, அவ்வடிவம் தன் வாசகர்களை இழந்தது.

அறுபதாண்டுகளுக்கும் மேலாக தொடர்ச்சியாக மரபு வடிவங்களைக் கையாண்டுவந்த தங்கப்பா புதியபுதிய சொல்லாட்சிகளை கையாள்வதிலும் வற்றாத கற்பனையை விரித்தெடுப்பதிலும் ஆர்வம் கொண்டவராக இருந்தார். அவருக்கு இருந்த ஆழ்ந்த பயிற்சியின் விளைவாக அவர் எழுதிய பாடல்கள் சுவைமிக்கதாக இருந்தன. பாட்டுணர்வு மிக்க பாவலனுக்கு வடிவம் சார்ந்த சிக்கல்கள் என எதுவுமே இல்லை என்பதற்கு மிகச்சிறந்த எடுத்துக்காட்டாக விளங்கியவர் தங்கப்பா.

\*\*\*

## 12. தங்கப்பாவின் குழந்தைப்பாடல்கள்

தாலாட்டுப்பாடல்களும் ஒப்பாரிப்பாடல்களும் இயற்கையாக மக்கள் வழக்கில் உருவாகி காலத்தைக் கடந்து நிலைத்துவிட்டதைப் போல, குழந்தைப் பாடல்களும் இயற்கையாக உருவாகி நிலைத்துவிட்ட ஒரு வடிவம். குழந்தைகள் தமக்குரிய பாடல்களை தாமே கட்டிப் பாடுவது என்பது பரவசமூட்டும் செய்தி. நல்ல தாளக்கட்டும் சொற்கட்டும் அமைந்ததாக அப்பாடல்கள் உருவாகும்போது, அவற்றைப் பாடுவதும் கேட்பதும் மகிழ்ச்சிக்குரிய அனுபவம். குழந்தைகளின் மனம் இயல்பாகவே தாளத்துக்குக் கட்டுண்டிருக்கிறது. தன் மகிழ்ச்சி, கொண்டாட்டம், அச்சம், நகைச்சுவை என எல்லாவிதமான உணர்வுகளையும் வெளிப்படுத்த குழந்தைகள் கண்டடைந்த ஊடகமே சொற்கள்.

எதையும் ஆழ்ந்து நோக்கும் பழக்கமுள்ள தங்கப்பா தன் இளமைக்காலத்திலிருந்தே தன்னைச் சுற்றியிருக்கும் சிறுவர்சிறுமியரின் பேச்சுகளையும் விளையாட்டுகளையும் கவனிப்பதில் மிகவும் ஆர்வம் கொண்டிருந்தார். பல தருணங்களில் கூடியிருக்கும் சிறுவர்களில் ஒருவராக நின்று விளையாடுவதிலோ அல்லது கதை பேசுவதிலோ, அவர் ஒருபோதும் தயங்கியதில்லை. அந்த ஈடுபாடே அவருக்குள் பாட்டுணர்வாக மலர்ந்தது. சொந்தமாக பாடல் புனையத் தொடங்கிய காலத்திலிருந்தே, குழந்தைகளுக்கான பாடல்களையும் அவர் எழுதத் தொடங்கிவிட்டார். எழுதி எழுதி பிள்ளைகளிடம் பாடிக் காட்டுவதையும், பிறகு அப்பிள்ளைகளிடமே அப்பாடல்களைக் கொடுப்பதையும் அவர் பழக்கமாகக் கொண்டிருந்தார்.

அவருக்குத் திருமணம் நடந்து குழந்தைகள் பிறந்தபிறகு, அக்குழந்தைகளின் குறும்புகளுக்கும் அரைகுறைச் சொற்களுக்கும் மனம் மயங்கிய தங்கப்பா எல்லாத் தருணங்களையும் பாடலாக எழுதிவைத்தார். அவருடைய படைப்புமுயற்சிகளில் பாடல்கள், மொழிபெயர்ப்பு ஆக்கங்கள் போலவே குழந்தைப்பாடல்களும் மிகமிக முக்கியமானவை. ஏராளமான குழந்தைப்பாடல்களை அவர் எழுதியிருந்தபோதும், அவருடைய சேமிப்பில் எஞ்சியவை குறைவே. எழுதுவதில் அவருக்கு இருந்த ஈடுபாடு, எழுதிய படைப்புகளைப் பாதுகாப்பதில் இல்லாததுதான் காரணம்.

1973இல் வெளிவந்த 'எங்கள் வீட்டுச் சேய்கள்' என்னும் தொகுதியில் உள்ள பாடல்கள் அனைத்திலும் குழந்தைகளோடு குழந்தையாக நின்று களித்தாடும் தங்கப்பாவையும் காணமுடியும்.

குழந்தைகளுக்கு இடையில் நிற்கும்போது ஒரு குழந்தையாகவே மாறவும் குழந்தைக்குரிய சொற்களோடு அசைபோடவும் தொடங்கிவிடுகிறது அவர் மனம். அதுவே அவருடைய பாடல்களின் வெற்றிக்குக் காரணம்.

யானை வந்தது யானை
யானை வயிறு பானை
தூணைப் போன்ற கால்தான்
துடைப்பம் போன்ற வால்தான்
முறம்போல் காதை ஆட்டும்
முன்னே கையை நீட்டும்
மணி அடிக்க நடக்கும்
ஆற்றில் சென்று கிடக்கும்

மேம்போக்காக இப்பாடலைப் படிக்கும்போது மனம்போன போக்கில் சொற்களைச் சேர்த்துச் சேர்த்து சொல்வதுபோன்ற அமைப்பில் இருந்தாலும், பாடி முடித்ததும் யானையின் உருவம் திரண்டு வருவதை இப்பாட்டைப் பாடும் ஒவ்வொருவரும் உணரமுடியும்.

பூனையைப்பற்றிய பாடல் வரிகள் ஒவ்வொன்றும் பூனையின் ஒவ்வொரு செயலையும் வரிசையாகப் பட்டியலிட்டுக் காட்டும் போக்கில் அமைந்திருந்தாலும், அப்பாட்டின் தாளம் கைதட்டி துள்ளிக் குதிக்கவைக்கிறது.

எங்கள் வீட்டுப் பூனை
இருட்டில் உருட்டும் பூனை
அங்கும் இங்கும் தேடும்
ஆளைக் கண்டால் ஓடும்
தாவி எலியைப் பிடிக்கும்
தயிரை நக்கிக் குடிக்கும்
நாவால் முகத்தைத் துடைக்கும்
நாற்காலிக்கீழ் படுக்கும்

இத்தொகுதியில் மிகநீண்ட பாடல் எங்கள் வீட்டுச் சேய்கள். ஒரு வீட்டில் நடமாடும் குழந்தைகள் அனைவரும் சேர்ந்து அடிக்கும் கொட்டமும் கும்மாளமும்தான் இந்தப் பாடல். ஒரு நாடகத்தில் மாறிமாறி நிகழும் மேடைக்காட்சிகளைப்போல இப்பாடலில் எண்ணற்ற காட்சிகள் இடம்பெற்றிருக்கின்றன.

தங்கப்பாவின் அடுத்த பாடல்தொகுதி பத்தாண்டுகள் கழித்து 1983இல் மழலைப்பூக்கள் என்னும் தலைப்பில் ஐம்பது பாடல்களுடன்

வெளிவந்தது. ஒவ்வொரு பாட்டிலும் குறும்பும் துள்ளலும் நிறைந்து வழிந்தன. குதித்துக் குதித்து கூத்தாடும் குழந்தையை ஒவ்வொரு பாட்டும் கண்முன்னால் கொண்டுவந்து நிறுத்தியது.

திமுக்குத்தக்கா திமுக்குத்தக்கா
திமுக்குத் தக்காடி
சின்னப் பாட்டி தோட்டத்திலே
சிவப்புத் தக்காளி
சமைக்கும் முன்னே தொண்டைக்குள்ளே
ஏப்பம் வந்தாச்சி
சக்கை பிழிந்து போட்ட இடத்தில்
விதை முளைச்சாச்சி

ஒரு தக்காளியைப் பார்த்த பரபரப்போடு, அந்தச் சொல்லே நாக்கில் மீண்டும் மீண்டும் புரள, மகிழ்ச்சியில் கூத்தாடி இட்டுக்கட்டி பாடும் சிறுமியை அல்லது சிறுவனை இவ்வரிகள் வழியாக நாம் கண்டடைய முடியும்.

கோணல் பார்வைக் குப்பன், காக்கா மூக்குச் சாமியார், சின்ன மாமா வீடு, குழந்தையின் வினா போன்ற பாடல்கள் அனைத்தும் தங்கப்பாவின் சொல்லாற்றலுக்கும் கற்பனையாற்றலுக்கும் எடுத்துக்காட்டானவை.

அடுத்து தம் பேரப்பிள்ளைகளுக்காக அவர் எழுதிய 104 பாடல்கள் "சோளக்கொல்லைப் பொம்மை" என்கிற தலைப்பில் தொகுப்பாக 2009இல் வெளிவந்தது. (இத்தொகுதிக்காக குழந்தை இலக்கியத்துக்கான சாகித்திய அகாதெமி விருதை 2011இல் தங்கப்பா பெற்றார்) ஒவ்வொரு பாட்டையும் படிக்கும்போது, ஒரு குழந்தை கையைத் தட்டிக்கொண்டு அல்லது இடுப்பையும் உடலையும் அசைத்தசைத்து ஆடிக்கொண்டு நிற்கும் காட்சி கொஞ்சம் கொஞ்சமாக திரண்டு வருவதை அனைவரும் உணரமுடியும்.

வால், வால், குரங்கு வால்
மரத்தில் தொங்குது வவ்வால்
கால் எனக்கு இரண்டு கால்
கம்பைச் சேர்த்தால் மூன்று கால்

தற்செயலாக அறிந்துகொண்ட வால், கால் என்னும் இரண்டு சொற்களைமட்டுமே மாற்றிமாற்றி இணைத்து, தாளத்தை உருவாக்கி மனஎழுச்சியோடு பாடும் ஒரு குழந்தையை இப்பாடலில் தீட்டிக்

காட்டுகிறார் தங்கப்பா. குழந்தை கடந்துவருகிற ஒவ்வொரு கால கட்டத்தையும் உற்றறிகிற படைப்பாளிக்கு, குழந்தையின் மொழி எளிதாக வசப்பட்டுவிடுகிறது. குழந்தை கட்டிய பாடலா அல்லது படைப்பாளி கட்டிய பாடலா என்று பிரித்தறிய முடியாதபடி பொருத்தமான சொற்கள் பிறந்து இணைந்துகொள்கின்றன.

குழந்தைகளின் உலகத்தில் தண்ணீருக்கு எப்போதும் முக்கியமான இடமுண்டு. தண்ணீரில் ஆடவிரும்பாத குழந்தையே உலகத்தில் இல்லை. குழந்தை மனத்தைத் தொட்டசைக்கிற சக்தி தண்ணீருக்கு இருக்கிறது. தண்ணீரை அள்ளிஅள்ளி நாலாபுறங்களிலும் சிந்தமுடியும் என்பதே குழந்தைக்கு பேரானந்தமாக இருக்கிறது. தண்ணீரைத் தொடும்போது அதன் உடல் உணர்கிற பரவசத்தை மிகவும் புதுமையாக உணர்கிறது. தாயைத் தொடுவதைவிட, தந்தையைத் தொடுவதைவிட, தன்னுடைய விளையாட்டுப் பொருள்களைத் தொடுவதைவிட, தனக்கு அணிவிக்கப்படுகிற துணிமணிகளைத் தொடுவதைவிட, தண்ணீரைத் தொடுவது முற்றிலும் புதிய அனுபவமாக இருக்கிறது. இந்தப் புதிய அனுபவம் அதன் மனத்தில் ஒரு புதிய எழுச்சியையும் எதிர்பார்ப்பையும் உருவாக்கிவிடுகிறது.

தன் உடல் உணர்ந்த பரவசம் முதல்முறை என்பதாலா அல்லது எப்போதுமே அந்தப் பரவசத்தை அடையமுடியுமா என்பதை மீண்டும் மீண்டும் அது பரிசோதித்து அறிய விழைகிறது. அதனாலேயே கண்முன்னால் தண்ணீரைப் பார்த்ததுமே அதன் முகம் பூரிக்கிறது. உடல் துள்ளுகிறது. விரல்கள் நீள்கின்றன. கண்கள் விரிகின்றன. கால்கள் பரபரக்கின்றன. குடத்திலிருந்தாலும் சரி, தொட்டியிலிருந்தாலும் சரி, வாசலில் தேங்கியிருப்பதானாலும் சரி, ஊரைக் கடந்து ஓடுகிற ஏரி அல்லது வாய்க்காலானாலும் சரி, அதை உடனே தொட்டு தன் சோதனையை நடத்தி உண்மையை அறிய விழைகிறது. நீர்நிலைகளைப் பார்த்துப் பரவசமடைகிற குழந்தை வளரவளர, நீர்நிலைகளை ஒட்டிப் பார்க்க நேர்கிற மீன், வாத்து, ஆடு, மாடு, மரம், செடி, கொடி என அனைத்தையுமே பார்த்து தன் ஆனந்தத்துக்குரிய உலகத்தை விரிவானதாக மாற்றிக்கொள்கிறது. நீர்நிலைக்கு அருகே தற்செயலாக இரண்டு வாத்துகளைக் கண்டதும் ஒரு குழந்தை அடைகிற துள்ளலை தங்கப்பாவின் பாடலொன்று அப்படியே கச்சிதமான சித்திரமாக்கியுள்ளது.

வாய்க்காலிலே வெள்ளம்
வாத்திரண்டும் குள்ளம்
மூக்கிலே கருப்பு
முதுகு கொஞ்சம் பழுப்பு

ஒரு குழந்தைமட்டுமே சொல்லக்கூடிய வரிகளைக் கண்டறிந்து புனைவதற்கு, தன்னையும் ஒரு குழந்தையாகவே உணர்கிற ஒரு படைப்பாளியால் மட்டுமே சாத்தியம். தங்கப்பாவுக்கு அது சாத்தியப்பட்டிருக்கிறது. இன்னும் சற்றே வளர்ச்சியடைகிற குழந்தை சொற்களைப் பொருளறிந்து பயன்படுத்தத் தொடங்குகிறது. குழந்தை பயன்படுத்துகிற சொற்களுக்கு ஓர் இலக்கு உருவாகிறது. தன் விளையாட்டுக்கும் கொண்டாட்டத்துக்கும் வேகத்துக்கும் இணையான சொற்களை அதன் மனம் தானாகவே கண்டடைகிறது. அந்த வேகத்தையும் வெற்றியையும் அடையாளப்படுத்துகிற பாடல்கள் தங்கப்பாவின் தொகுப்பில் பல உள்ளன. எடுத்துக்காட்டுக்காக ஒன்றே ஒன்று.

புளி, புளி கொடுக்காய்ப் புளி
தொரட்டிக் கொம்பை இறுகப் பிடி
காக்காய்களை விரட்டி அடி
கனிஞ்ச பழம் பார்த்துப் பறி

யாரோ ஒரு பெரியவருக்கும் ஒரு குழந்தைக்கும் இடையிலான உரையாடலாக இந்த வரிகளைப் பார்ப்பதைக்காட்டிலும், ஒரு குழந்தைக்கும் இன்னொரு குழந்தைக்கும் இடையிலான உரையாடலாக இப்பாடல் வரிகளைப் பார்க்கும்போதுதான் பாட்டின்பத்தை நம்மால் முழுஅளவில் உணரமுடியும்.

ஒரு குழந்தை தானறிந்த சொற்களை தான் கண்ணால் பார்க்கிற ஒவ்வொரு பொருளின்மீதும் போட்டுப்போட்டுப் பார்த்து, தன் சொற்களின் தாளத்தைத் தானே காதால் கேட்டு, துள்ளித்துள்ளி மகிழ்ச்சியில் திளைப்பது என்பது முதல்கட்டம். தன் கண்ணில் படுகிற ஒரு பொருளைச் சுற்றி இருக்கிற மற்ற பொருள்களையும் ஆழ்ந்து நோக்கி, ஒன்றை மற்றொன்றோடு இணைத்துப் பார்த்து, அதை கொண்டாட்டத்துக்குரிய ஒரு காட்சியாக மாற்றி மனத்தில் பதியவைத்துக்கொள்வது என்பது இரண்டாவது கட்டம். எதையும் தனிப்பட்ட அளவில் முக்கியமானதாகக் கருதாமல் கண்ணில் படும் எல்லாவற்றையும் ஒருசேரப் பார்த்துப் பரவசத்தில் திளைத்த நிலை சற்றே மாற்றமடைந்து, குறிப்பிட்ட ஒன்றின்மீது கவனத்தைக் குவித்து, அதைப்பற்றி ஓயாமால் பேசியும் பாடியும் திளைப்பது என்பது மூன்றாவது கட்டம். இரண்டு வயதுமுதல் நான்கு வயதுவரையிலான குழந்தைகளின் உலகத்தை இப்படி மூன்று கட்டங்களாகப் பிரித்துக்கொள்ளலாம்.

எதைப் பார்த்தாலும் அல்லது எதைச் சொன்னாலும் ஒரு கதையாக மாற்றுவது என்பது அடுத்தநிலை. தெருவில் யாரோ நடந்துபோகிறார்கள்.

நொண்டி நொண்டி நடக்கிறார் அவர். வயிறும் சற்றே சரிந்து தொப்பை விழுந்திருக்கிறது. இது சாதாரணமாக தெருவில் பார்க்கக்கூடிய ஒரு காட்சிதான். மற்றவர்களுக்கு இது ஓர் இயல்பான காட்சி. ஆனால் நான்கு வயது நிரம்பிய ஒரு குழந்தைக்குமட்டுமே அக்காட்சியைக் கண்டதுமே ஒரு கதையாக மாற்றிவிடும் சக்தி இருக்கிறது. அப்படி ஒரு கதையாக மாறிப்போகும் ஒரு காட்சியைப் பாடலாகத் தந்திருக்கிறார் தங்கப்பா.

குருவி மூக்குக் காரன்
குண்டுத் தொப்பைக் காரன்
நண்டு பிடிக்கப் போனான்
வண்டு காலில் கடிக்க
நொண்டி நடக்கலானான்

கேலியும் கிண்டலும் நிறைந்ததென்றாலும் ஒரு குழந்தையின் உச்சரிப்பில் அவை மேலெழுந்து தெரிவதில்லை. மாறாக, அது அடைகிற ஆனந்தமும் அதன் சிரிப்பும்மட்டுமே மேலெழுந்து தோற்றமளிக்கின்றன.

தாத்தா வீட்டுத் தோட்டத்திலே
தவிட்டுக் குருவிக் கூட்டத்திலே
ஆத்தா கல்லைத் தூக்கிப் போட
அங்கே ஒரு காடை ஓட
குருவி எல்லாம் காச்சுமூச்சு
குதிகுதி என்று ஓடிப்போச்சு
கோணல் தென்னை ஆடிப் போச்சு

ஒரு காட்சி மனத்தில் உருவாக்குகிற கிளர்ச்சியும் அதனால் உருவாகிற சொற்கட்டும் எத்தகையவை என்பதை அறிய இப்பாடல் சிறந்த எடுத்துக்காட்டாகச் சொல்லலாம்.

கண்டரக்கோட்டைப் பண்டாரம்
வண்டியில் ஏற வந்தாராம்
வண்டியில் கால் வைக்கையில்
வண்டு பறக்கக் கண்டராம்
துண்டை எடுத்துக்கொண்டாராம்
வண்டை விரட்டிச் சென்றாராம்
வண்டியில் வழுக்கி விழுந்தாராம்
மண்டை உடைஞ்சி போனாராம்

என்னும் சுவையான பாடலையும் அந்த வரிசையில் வைக்கலாம்.

இதற்கடுத்த நிலையில் உள்ள குழந்தையின் மனஓட்டம் சுவாரசியமானது. நாய்பொம்மை வேண்டுமென்று பெற்றோரை வற்புறுத்தி வாங்கிக்கொள்கிற குழந்தை, அதை சீராட்டி, கொஞ்சி, விளையாடுவதைக் கண்டால் அந்த மனஓட்டத்தைப் புரிந்துகொள்ள முடியும். தோற்றத்தின் அளவில்மட்டுமே அது நாய்ப்பொம்மை. மற்றபடி அதற்கும் தனக்கும் இடையே எந்த வித்தியாசத்தையும் அது பார்ப்பதில்லை. தனக்கு ஒரு தொப்பி வாங்கினால் அதற்கும் ஒரு தொப்பி வேண்டும். தன் கழுத்தில் ஒரு துண்டு இருந்தால் அதன் கழுத்துக்கும் ஒரு துண்டு வேண்டும். தனக்கு ஒரு மூக்குக்கண்ணாடி இருந்தால் அதற்கும் ஒரு மூக்குக்கண்ணாடி வேண்டும். கட்டிலில் தானுறங்க ஒரு தலையணை வேண்டுமென்றால், நாயும் அருகில் படுத்துறங்க ஒரு தலையணை வேண்டும். காரண அறிவுக்கு இங்கே இடமேயில்லை. தனக்கு இருப்பதுபோலத்தானே எல்லாருக்கும் இருக்கவேண்டும் என்று எண்ணுகிற அதன் மனஓட்டம்தான் அதற்குக் காரணம். (அபூர்வமான இந்த மனநிலை குழந்தைகளிடம் தொடர்ந்து படிந்துவிடாமல் வேகவேகமாக காரண அறிவைப் புகட்டி பெரியவர்களாகிய நாம் திசைதிருப்பிவிடுகிறோம் என்பது ஒரு சோகமான உண்மை) இதற்குப் பொருத்தமான பாடலும் தங்கப்பாவின் தொகுப்பில் உள்ளது.

குண்டு குண்டு மிளகாய்
குழம்பில் போடும் மிளகாய்
கொண்டைக் காம்பு வளைவாம்
குடையைப் போலும் அழகாம்
தங்கை அதை எடுத்தாள்
தலைக்கு மேலே பிடித்தாள்
எங்கள் மிளகாய்க் குடைதான்
எறும்புக்கென்று சிரித்தாள்

ஊர்ந்து செல்லும் எறும்புப்பட்டாளத்துக்கு வெயில் படாமல் இருப்பதற்கு குடை இருந்தால் நல்லது என்று எண்ணுகிறது குழந்தை. அந்தக் குடையாக ஒரு குண்டுமிளகாய் இருந்தால் எப்படி இருக்கும் என்று எண்ணுவது ஒரு அழகான கற்பனை. வெயிலுக்கோ அல்லது மழைக்கோ தான் குடை பிடித்துக்கொண்டு நடக்கும்போது, எறும்பும் அப்படி செல்வதுதானே அதன் உலகத்தில் நியாயமாக இருக்கமுடியும். வண்ணத்துப்பூச்சிகளை கண்ணாமூச்சி ஆட அழைப்பதும் பனங்குருத்துத் தவிடு கொடுத்தால் தின்றுவிட்டு மயிலிறகு குட்டிபோடும் என்று நம்புவதும் இந்த வயதுக்கே உரிய செயல்கள்.

ஒன்றிரண்டு வயது இன்னும் கூடும்போது குழந்தைகள் சிறுவர்களாகவும் சிறுமிகளாகவும் வளர்ந்துவிடுகிறார்கள். அவர்களுடைய

மனம் சொற்களின் கிடங்காக மாற்றமடைகிறது. ஏராளமான சொற்கள் அதில் இருக்கின்றன. ஒரு காட்சியை கற்பனைநயத்தோடும் எழில்மிக்கதாகவும் சொல்லும் ஆற்றல் தானாகவே படிந்துபோகிறது. அழகான சம்பவத்தை ஒரு கதைபோல விரித்துச் சொல்லும் மன எழுச்சியைக் குழந்தைகளிடத்தில் காணலாம். இரண்டு நண்பர்கள் சேர்ந்து காட்டுக்குள் போய்த் திரும்பிய கதை, பெற்றோருடன் விலங்குக் கண்காட்சிக்குச் சென்று திரும்பிய கதை என ஏராளமான சம்பவங்களை அழகான சொற்களால் தொகுத்து முன்வைக்கின்றன. இவ்வயதில்தான் ஒரு குழந்தை, சொற்கள் வழியாக சம்பவத்தை ஒன்றையடுத்து ஒன்றென தர்க்கஅடிப்படையில் ஒருங்கிணைத்துத் தொகுத்துச் சொல்லும் ஆற்றலை வளர்த்துக்கொள்கிறது. நிகழ்ச்சியென விரிவடையும் மாலை வழிநடை, பேர் வருகுது, எலிகள் என்ன ஆயின, வீட்டில் திருட்டு, திருடர் யார், புதர்மாளிகை போன்ற பல கதைப்பாடல்களும் இத்தொகுதியில் உள்ளன.

குழந்தை வளரவளர குழந்தையின் குறும்புகளும் வளர்ந்தபடி இருக்கின்றன. இட்டும் தொட்டும் கவ்வியும் துழாவியும் வளர்கிற குழந்தை களின் குறும்புகள் மனத்தைக் கொள்ளைகொள்கின்றன. இந்தக் குறும்பு களையே குழந்தைப்பாடல்களுக்கான கருக்களாக மாற்றமடைகின்றன. அண்ணன் தம்பிக்காகவும் அக்கா தங்கைக்காகவும் பெற்றவர்கள் பிள்ளைகளுக்காகவும் பாடிக்காட்டுகிற வகையில் அமைந்துள்ள இத்தகைய பாடல்கள் குழந்தைகளின் நடவடிக்கைகளுக்கு மிகவும் நெருக்கமானவை. குழந்தைகளின் பேச்சையும் செயலையும் ஆழ்ந்து கவனிக்கிற குணம்கொண்ட தங்கப்பாவிடமிருந்து இத்தகைய பல பாடல்கள் பிறந்துள்ளன. நாய்க்குட்டியுடன் உரையாடும் ஒரு குழந்தையின் நடவடிக்கையைப் பாடுகிற ஒரு பாடல் மிகவும் சுவையானது.

குட்டி நாயே குட்டி நாயே
குரைக்கத் தெரியுமா
எட்டு வீடு கேட்கும்படி
இடித்து முழக்குவேன்

குட்டி நாயே குட்டி நாயே
யாரைக் குரைப்பாய்?
பட்டி ஆடு, பன்றி, கோழி
பார்த்துக் குரைப்பேன்

குட்டி நாயே, கெட்டவனைக்
குரைக்கமாட்டாயா?
கெட்டவன் யார், காட்டிக்கொடு
குரைத்து விரட்டுவேன்

குழந்தைகளின் உலகத்துக்குள் செல்வது மிகப்பெரிய வரம். அது ஒரு பாவலனுக்குக் கிடைக்கிற இரண்டாவது குழந்தைப் பருவம். சொற்களோடு பழகி, சொற்களை அறிந்து, சொற்களைக் கலைத்துப் போட்டு, சொற்களாகவே வாழ்கிற குழந்தைகளை இன்னும் கூர்மையாக அறிந்துகொள்ள உதவும் காலம் அது. குழந்தைச்சொற்களுக்கான களஞ்சியமே வேறு. அது மொழியில் இல்லாதது. ஓசையோடும் உடலசைவோடும் கனவோடும் கலந்த புதுமைக்கலவை. அதை உற்றறிவதும் எடுத்துரைக்கும் ஆற்றலை வளர்த்துக்கொள்வதும் அற்புதமான ஒரு கலை.

குழந்தைகளின் உலகம் சிந்தனைகளிலும் பேச்சுகளிலும் தொடர்ச்சியான ஒழுங்கு கொண்டதல்ல. பெரும்பாலும் தொடர்பற்றவை. சிதைந்தவை. ஆனால் கற்பனைகளால் நிறைந்தவை. மகிழ்ச்சி ததும்பும் தன்மையுடையவை. அவற்றை அள்ளியெடுத்துக்கொண்டு தம்மை நிறைத்துகொள்பவையே உண்மையான குழந்தைப் பாடல்கள். தங்கப்பாவின் பாடல்களில் தென்படும் உலகம், குழந்தையின் உலகமாக இருப்பதும், குழந்தையின் கண்களால் பார்க்கப்படும் உலகமாக இருப்பதும் மிகமுக்கியமான தகுதிகள். சுட்டிக்காட்டும் பொருளால் அல்ல, கும்மாளம் நிறைந்த மனநிலையைக் காட்சிப்படுத்தும் தன்மையாலேயே குழந்தைப்பாடல்கள் விரும்பத்தக்கவையாக உள்ளன. பெரும்பாலும் கருத்துகளாலும் உண்மைகளாலும் நிறைந்து காணப்படும் இன்றைய பாடல்களுக்கு நடுவில் விளையாட்டும் வேடிக்கையும் நிறைந்த தங்கப்பாவின் பாடல்கள் மிகப்பெரிய ஆறுதல்.

சிப்பிக்குள்ளே முத்திருக்கு
தன்னா னானே னானே
செப்புக்குள்ளே மணியிருக்கு
தன்னா னானே னானே
பத்துக்குள்ளே எட்டிருக்கு
தன்னா னானே னானே
பட்டுச்சட்டை கிழிஞ்சிருக்கு
தன்னா னானே னானே

2016இல் வெளிவந்த தங்கப்பாவின் ‘பூம்பூம் மாட்டுக்காரன்’ தொகுதியில் இப்பாடல் காணப்படுகிறது.. மேலோட்டமான வாசிப்பில் பாடலின் வரிகளுக்கிடையே இணைப்பு கிட்டாததால் சிறிது நேரம் தடுமாற்றம் நேரக்கூடும். ஆனால் மீண்டும் மீண்டும் வாசிக்கும்போது, ஒரு குழந்தை பேசிக்கொண்டோ அல்லது துள்ளிக்கொண்டோ ஓடும் ஒரு காட்சியை உணரலாம். ஒரு பாடல் என்பது எப்போதும் சொல்வதல்ல,

உணர்த்தும் கலை. உணர்த்தப்படும் அக்காட்சியில் குழந்தையின் மனசில் ததும்பும் இசையையும் அந்த இசைக்குத் தகுந்த விதத்தில் தன் மனத்தில் பொங்கியெழும் சொற்களைப் போட்டு நிரப்பி விளையாடும் தன்மையையும் காணலாம். ஒரு குழந்தை மீண்டும் மீண்டும் ஒரு வரியைச் சொல்வதன் வழியாக, அது தான் கண்டடைந்த மகிழ்ச்சியை இரு மடங்காக, மூன்று மடங்காக பெருக்கிக்கொண்டே செல்கிறது. அதை உணர்த்துவதில் இப்பாடல் வெற்றியடைந்திருக்கிறது என்றே சொல்லவேண்டும்.

மஞ்சள் சட்டை போட்டிருக்கும்
மாடி வீட்டு மங்கம்மா
பந்தல் போட்ட முற்றத்திலே
பாடம் படிக்க வந்தாளாம்
அங்கே ஒரு கரப்பான்பூச்சி
அவளைப் பார்த்து முறைத்ததாம்
மங்கம்மா பதறி நடுங்கி
மயக்கம் போட்டு விழுந்தாளாம்

பாடலாக்கத்தில் இது இன்னொரு விதம். குழந்தையின் பொழுதுகளில் நேர்ந்த ஒரு சின்ன நிகழ்ச்சியின் விவரணையே பாடல். ஆனால் நிகழ்ச்சியைப் பார்க்கும் ஒரு பெரியவரின் பார்வையில் விவரிக்கப்படுகிறது. நடந்தது என்ன என்பதை உணர்த்தும் குரல் மட்டுமே அவர் வரிகளில் ஒலிப்பதைப் பார்க்கலாம். சுட்டிக்காட்டும் தன்மையோ, திருத்தும் தன்மையோ, விமர்சிக்கும் தன்மையோ எதுவுமே இல்லை. இது முக்கியமானதொரு கட்டுப்பாடு. இந்தக் கட்டுப்பாட்டின் தன்மையாலேயே இது சிறந்ததொரு பாடல். அந்தப் பெரியவர் சொல்லும் பாடல் நிகழ்ச்சியோடு தொடர்புடைய குழந்தைக்கும் கூட பாடிப்பாடி மகிழத்தக்க ஒரு பாடலாக இருக்கலாம்.

'வெள்ளையான அப்பம் - எனக்கு
விருப்பமான அப்பம்
கள்ளமாக யாரோ -கொஞ்சம்
கடித்துத் தின்று விட்டார்
பொள்ளலாகிப் போச்சே - அதைப்
பூனை கவ்விச் சென்றே
வானத்து நடுவில் - அதோ
வைச்சிருக்குது பாரு'

முழுக்க முழுக்க இது குழந்தையிடம் பேசும் ஒரு பெரியவரின்

குரல். ஆனால் அறிவியலுக்குரிய குரலிலோ, சமூகவியலுக்குரிய குரலிலோ அல்லது உண்மையை உணர்த்தும் குரலிலோ அந்தப் பெரியவரின் குரல் இல்லை என்பதைக் கவனிக்க வேண்டும். அவர் குரலில் குழந்தைக்கு ஒரு கதையைச் சொல்லி கவர்ந்திழுக்கும் ஆசை மட்டுமே புலப்படுகிறது. அந்தக் குழந்தையின் கவனத்தைத் தன்னை நோக்கித் திருப்பவேண்டும் என்னும் விழைவில், ஒரு கற்பனையான சூழலை குழந்தை நம்பும் விததத்தில் முன்வைக்கிறது. அக்கதையை நம்பிவிடும் குழந்தை, அதே கதையை தன் குரலில் ஒருமுறை சொல்லிப் பார்க்கிறது. அந்த நடிப்பு அதற்குப் பிடித்திருப்பதாலும் தன் மகிழ்ச்சியை பல மடங்காக அது பெருக்குவதை உணர்வதாலும் மெல்ல மெல்ல அந்தக் கதையை குழந்தை தனது கதையாகவே மாற்றிக்கொள்கிறது. பெரியவரின் கதையை சொல்லிச்சொல்லிப் பழகிய குழந்தை மீண்டுமொரு முறை அந்த வரிகளைச் சொல்லும்போது, அந்தக் குரலில் தொனிப்பது குழந்தையின் குரலா அல்லது பெரியவரின் குரலா என்று கண்டடைய முடியாதபடி மாறும் அதிசயம் நிகழ்கிறது. அதுவே கலையின் பேரழகு.

இத்தொகுதியில் உள்ள ‘கனவுலகில் பிறந்தநாள்’ என்னும் பாடலும் குழந்தைகளிடம் பெரியவர் முன்வைக்கும் குரலில் அமைந்திருக்கிறது. ஒரு சிறுமி பொம்மைகளை வைத்து விளையாடுகிறாள். அவள் பொம்மைகளோடு பேசுகிறாள். பாடல்கள் சொல்லிக்கொடுக்கிறாள். அவற்றைச் சிரிக்கவைக்கிறாள். ஆடவைக்கிறாள். ஒவ்வொரு பொம்மைக்கும் ஒரு பெயரைச் சூட்டுகிறாள். அந்தப் பெயரைச் சொல்லித்தான் அதை அழைக்கிறாள். பொம்மைகள் அனைத்தும் அவளுக்கு விளையாட்டுத் தோழிகளாக உள்ளன. ஒருநாள் அவள் உறங்கத் தொடங்குகிறாள். அந்த உறக்கத்தில் ஒரு கனவு வருகிறது. அக்கனவில் எல்லாப் பொம்மைகளும் வருகின்றன. அவளுக்குப் பிறந்தநாள் வாழ்த்து சொல்கின்றன. அதைச் சீரும் சிறப்புமாகக் கொண்டாடுவதற்குத் தேவையான ஏற்பாடுகளைச் செய்கின்றன. கனவில் நடைபெற்ற பிறந்தநாள் விழாவைக் காட்சிப்படுத்துகிறது தங்கப்பாவின் பாடல். எந்த இடத்திலும் பெரியவர் என்னும் சாயல் விழுந்துவிடாமல், விழாவில் கலந்துகொண்ட ஒரு பொம்மையின் குரலிலேயே அமைந்திருக்கிறது. அதுவே இப்பாடலின் சிறப்பு.

சின்னச் சின்ன பூனைக்குட்டி
எனக்கு மிகவும் பிடிக்கும்
மென்மையான பஞ்சு உடம்பு
வெதுவெதுபாய் இருக்கும்

தொல்லை கொடுத்தால் பூனைக்குட்டி
தொலைவில் ஓடிப் போகும்
மெல்ல அதை அன்பாய் அழைத்தால்
மேலே வந்து உராயும்
வாலைப் பிடித்து இழுக்கமாட்டேன்
வம்பு பண்ணமாட்டேன்
பூவைப்போல போற்றிக்கொள்வேன்
பூனை என்னைக் கொஞ்சும்
பக்கத்திலே வந்து உட்காரும்
பண்டம் தின்னக் கொடுப்பேன்
நக்கி அன்பைக் காட்டும் பூனை
நல்ல பிள்ளை நானே

இந்தப் பாடல் ஒரு குழந்தை இன்னொரு குழந்தையிடம் பேசும் குரலில் அமைந்திருப்பதைப் பார்க்கலாம். தன்னோடு விளையாடும் பூனையைப்பற்றி தான் அறிந்ததை மட்டும் முன்வைத்து அக்குழந்தை உரையாடுவது மிகமுக்கியமான அம்சம். எந்த இடத்திலும் ஒரு பெரியவரின் குரல் இடையில் புகவில்லை. இந்த வகையிலான ஆக்கத்திலும் தங்கப்பாவின் பாடல்கள் இனிமையாக உள்ளன.

குழந்தைப்பாடல்களில் உரையாடல் அமைப்பில் அமையும் பாடல்களுக்கு எப்போதும் ஒரு முக்கியமான இடமுண்டு. குழந்தைமை வெளிப்படும் வரிகளோடு அமையும் தருணத்தில் அத்தகு பாடல்களுக்கு கூடுதலான முக்கியத்துவம் உருவாகிறது. இத்தொகுப்பில் உள்ள சிட்டுக்குருவிக் குடும்பம் பாடலை அவ்வகையிலான பட்டியலில் சேர்க்கலாம்.

"சிட்டுக்குருவி அம்மா அப்பா
எங்கே போனீங்க?
இத்தனை நாள் காணலையே
எப்போ வந்தீங்க?"
"பானைக்குள்ளே குஞ்சு பொறித்தோம்
பாழாகிப் போச்சே
பூனை வாய்க்குள் எங்கள் குஞ்சு
பொக்குன்னு போச்சே"
"அப்புறம் ஏன் மறுபடியும்
இங்கே வந்தீங்க?
தப்புப்பூனை மீண்டும் கொன்றால்
என்ன செய்வீங்க?

"பூனை தெருவில் செத்துக் கிடக்கப்
பார்த்தோமே நேற்று
தூணிடுக்கில் கூடு கட்ட
துணிந்து வந்தோமே"

குழந்தைமைக்கே உரிய கேள்விகள். குழந்தை ஏற்றுக்கொள்ளும் விதமான கச்சிதமான பதில்கள். ஒன்றுடன் ஒன்று இசைவாக அமைந்துள்ளன. இந்த இசைவொழுங்கே இப்பாடலின் மிகப்பெரிய வலிமை.

தங்கப்பாவின் பாடல்களில் கள்ளமற்ற குழந்தைமையின் வெள்ளைமனம் நம்மால் உணரமுடியும் வகையில் வெளிப்படுகிறது என்பது மிகமுக்கியமான தகுதி. அறிவு என்றும் உண்மை என்றும் எதையும் அறிந்துகொள்வதற்கு முந்தைய பருவத்துக்குரிய உலகமே குழந்தைப்பாடல்களுக்குரிய பொன்னுலகம். அத்தகு பொன்னுலகத்தில் வாழ்ந்து நிறைந்த அனுபவம் உள்ளவர்களுக்கு மட்டுமே குழந்தைமொழி வசப்படும். அது தங்கப்பாவுக்கு மிக எளிமையாக வசப்பட்டிருக்கிறது.

குழந்தைகளுக்கு நற்கருத்துகளை உரைத்தல் என்பது குழந்தைப் பாடல்களின் பட்டியலில் கடைசியாக இடம்பெறத்தக்கது. கருத்துகளை நேரிடையாகவோ அல்லது ஏதேனும் ஒரு நிகழ்ச்சியைத் தொடர்பு படுத்தியோ ஒரு குழந்தை அறிந்துகொள்ளலாம். அக்கருத்துக்கு உடனே ஒரு விளைவை உருவாக்கவேண்டும் என்கிற தேவை இல்லை. மனத்துக் குகந்த கருத்துகள் எண்ணங்களின் ஆழத்தில் விலைமதிப்பில்லாத முத்துகள்போலவும் பவழங்கள்போலவும் படிந்துவிடுகின்றன. எதிர்காலத்தில் குழந்தைகளின் ஆளுமைகள் வளர்வதற்கு ஏதேனும் ஒருவகையில் இக்கருத்துகள் உதவக்கூடும். தங்கப்பாவின் தொகுப்புகளில் இவ்வகையான பாடல்களும் உள்ளன.

குழந்தைகளோடு மிக நெருக்கமாக இருப்பதன்மூலமாகவும் குழந்தைகளின் வளர்ச்சியை ஒவ்வொரு கட்டத்திலும் உற்றுக் கவனிப்பதன் மூலமாகவும் குழந்தைகளின் உலகத்தோடு ஒன்றிவிடும் இயல்புள்ளவராக இருப்பதன்மூலமாகவும் மட்டுமே குழந்தை உலகைப் புரிந்துகொள்ளமுடியும். குழந்தைகளின் உலகைப் புரிந்துகொள்ளும் போதுதான் குழந்தை மனத்தையும் குழந்தை மொழியையும் அறிந்துகொள்வது எளிதாகும். குழந்தைப்பாடல்கள் என்னும் பெருங்களஞ்சியம் இந்த சிறுவயதுக்குட்பட்ட குழந்தைகளின் உலகத்திலிருந்தே உருவாகவேண்டும். அதுவே இயல்பானதாக இருக்கும். தங்கப்பாவின் குழந்தைப்பாடல்கள் மிகவும் இயல்பாக

இருக்கின்றன. புத்தம்புதிய மலர்கள்போல பொலிவோடு உள்ளன. படிக்கப்படிக்க சுவையாக உள்ளன. ஒரு வரியைப் படிக்கும்போதே தானாகவே மனம் தாளமிடத் தொடங்குகிறது. ஒன்றிரண்டு வாசிப்பிலேயே பாடல்கள் மனத்தில் ஆழமாகப் பதிந்துவிடுகின்றன.

குழந்தையின் வளர்ச்சியை வெவ்வேறு கட்டங்களாகப் பிரித்துப் பார்க்கும்போதுதான், அது மொழியை உள்வாங்கிக்கொள்ளும் முறையையும் பயன்படுத்தும் முறையையும் நம்மால் சரியாகப் புரிந்துகொள்ள முடியும். ஒவ்வொரு காலகட்டத்திலும் அதன் மொழி மாறிக்கொண்டே வருகிறது. ஓசை மழலையாக மாறி, பிறகு அதுவும் மாறி சொல்லாகி, அதுவும் படிப்படியாக வளர்ந்து தூய ஒரு பேச்சு மொழி உருவாவது கிட்டத்தட்ட கல்லிலிருந்து ஒரு சிற்பம் உருவெடுப்பது போல என்று சொல்லலாம். அதை அருகிலிருந்து நொடிதோறும் சுவைத்து மகிழும் பெற்றோர்கள் நற்பேறுள்ளவர்கள். அதனாலேயே மக்கட்பேற்றை வள்ளுவர் அரிய செல்வமாக அடையாளப்படுத்துகிறார். அந்த நற்பேற்றை மீண்டும் சொல்லால் வடித்துக்காட்டும் தங்கப்பாவைப் போன்ற பாவலர்கள் தம் பாட்டின் வழியாக மீண்டும்மீண்டும் குழந்தைகளை கண்முன்னால் உலவவிட்டபடி இருக்கிறார்கள்.

***

## 13. தங்கப்பாவின் வாழ்வியல் பார்வை

பாடல்களைப்போலவே தங்கப்பாவின் உரைநடையும் சுவையானது. வாழ்க்கையை மனத்துக்குப் பிடித்தமாக அமைத்துக்கொள்வது என்பது ஒரு கலை. ஒவ்வொரு நொடியையும் எதையோ தேடி பரபரப்பாக ஓடிக்கொண்டிருப்பதிலேயே செலவழித்து சலித்துக் களைப்பதற்கு மாறாக, ஒவ்வொரு நொடியையும் தன் நெஞ்சையும் நினைவுகளையும் நிறைத்துக்கொள்ளும்வண்ணம் அமைத்துக்கொள்வதற்கான வழிமுறைகள் உண்டு என உணர்ந்தவர் தங்கப்பா. அடுத்தவர்களிடம் அன்போடு இருத்தல், எதையும் இயல்பாக ஏற்றுக்கொள்தல், மற்றவர்களுக்கு விட்டுக்கொடுத்தல் என சில அடிப்படை உண்மைகளைப் புரிந்துகொண்டால் நம்மால் தங்கப்பாவின் வாழ்க்கைப்பார்வையைப் புரிந்துகொள்ள முடியும்.

நண்பர்களோடு உரையாடும் நேரங்களில் தங்கப்பா இளமையில் தான் கண்ட ஒரு காட்சியை எடுத்துக்காட்டாகச் சொல்வதை பலமுறை கேட்டிருக்கிறேன். அந்த அளவுக்கு அக்காட்சி அவருடைய மனத்தில் ஆழமாகப் பதிந்திருந்தது.

ஒருநாள் அவர் ஏதோ ஒரு பூங்காவில் புல்தரையில் அமர்ந்து சுற்றிலும் வேடிக்கை பார்த்தபடி இருந்தார். அப்போது தரையில் கரிய நிறத்தில் ஒரு பெரிய வண்டு ஊர்ந்துசெல்வதைக் கவனித்தார். அந்த வண்டின் இயக்கம் இயல்பாக இல்லாமல் சற்றே மாறுபட்டு இருப்பதை அவருடைய கூர்மையான கண்கள் கவனித்துவிட்டன. என்ன காரணம் என அறிந்துகொள்வதற்காக அவ்வண்டுக்கு அருகில் சென்று குனிந்து உற்றுக் கவனித்தார். அப்போதுதான் அவருக்கு உண்மை புரிந்தது. அந்த வண்டின் இயக்கம் தானாக நிகழவில்லை. அது இறந்துபோன வண்டு. ஏராளமான எறும்புகள் சேர்ந்து அந்த வண்டினை இழுத்துச் சென்றுகொண்டிருந்தன. ஒரு குச்சியை எடுத்து அந்த வண்டுக்கு முன்னால் குத்தி, அந்தப் புள்ளியிலிருந்து வண்டினை மேற்கொண்டு நகரவிடாமல் செய்தார். அடுத்த நொடியே எல்லா எறும்புகளும் வண்டினைக் கைவிட்டு நான்கு பக்கமும் சிதறியோடின. வண்டு கொஞ்சம்கூட அசைவில்லாமல் தரையிலேயே கிடந்தது.

அந்தக் காட்சி அவருடைய எண்ணங்களையும் நம்பிக்கைகளையும் புரட்டிப் போட்டுவிட்டன. நம்முடைய வாழ்க்கையும் செத்த வண்டின் இயக்கத்தைப்போலவே இருக்கிறது. நமக்கென சொந்தமான ஓர் இயக்கமில்லை. நம் நெஞ்சில் உயிர்த்துடிப்பான, உள்ளார்ந்த சொந்த இயக்கமுமில்லை. நாம் பற்றிக்கொண்டிருக்கும் பல்வேறு நோக்கங்களும் கொள்கைகளும் இலக்குகளும் ஒவ்வொரு திசையை நோக்கி எறும்புகள்போல இழுத்துச் செல்கின்றன. அந்த ஓட்டமே நம்முடைய

இயக்கம்போன்ற தோற்றத்தைக் காட்டுகிறது. இப்பணிகளையும் இலக்குகளையும் நீக்கிவிட்டுப் பார்த்தால்தான் நாம் உண்மையிலேயே உயிர்ப்புடன் வாழ்கிறோமா இல்லையா என்பதைப் புரிந்துகொள்ள முடியும். வாழ்வின் இயல்பான அழகையும் நுட்பத்தையும் உணர்ந்து, அவற்றில் திளைப்பதே சரியான வாழ்க்கை. நோக்கங்களால் இழுத்துச் செல்லப்படும் வாழ்க்கை ஒருவித அடிமை வாழ்க்கை என்ற முடிவை நோக்கி அவர் மனம் நகர்ந்தது.

இப்படி ஒவ்வொன்றையும் தொட்டு அலசி வாழ்க்கையைப்பற்றிய பார்வைகளை அனைவருக்கும் எடுத்துரைத்தவர் தங்கப்பா. வாழ்வியல் பற்றி ஏராளமான கட்டுரைகளை அவர் தன்னுடைய இளமையிலேயே எழுதத் தொடங்கிவிட்டார். வெவ்வேறு கட்டங்களில் அவற்றைத் தொகுத்து நூலாக்கவும் செய்தார். அந்த நூல்கள் நுண்மையை நோக்கி (1989), எது வாழ்க்கை(1994), பாட்டு வாழ்க்கை (1994), கொடுத்தலே வாழ்க்கை (2001) என்ற தலைப்புகளில் வெளிவந்தன.

ஒருவருடைய எண்ணங்களோ, கொள்கைகளோ, கருத்துகளோ ஒருபோதும் முதன்மையானவை அல்ல. மாறாக, வாழ்க்கையே முதன்மையானது. அவ்வாழ்வை ஒழுங்குபடுத்திக்கொள்ளவும் அன்புடையதாக செழுமைப்படுத்திக்கொள்ளவும் கலை, இலக்கியம், அறிவியல், ஆய்வியல் ஆகிய அனைத்தும் தேவையாக இருக்கின்றன. நுகர்ச்சிகளைப் பெருக்கிக்கொள்வதை வைத்து ஒருவர் வாழ்ந்து விட்டதாகச் சொல்லமுடியாது. அது ஒருவித செயற்கை வாழ்க்கை. இயற்கை நலத்துக்கும் ஒழுங்குக்கும் எதிரான வாழ்க்கை. இயற்கையோடு இசைந்த வாழ்க்கை பற்றியும் இயற்கைக்கு முரணான வாழ்க்கையின் விளைவுகள் பற்றியும் தங்கப்பா தொடர்ச்சியாக எழுதி வந்தார். அறம், புகழ், அருள், பொதுமை, துறவு, கல்வி ஆகியவற்றில் அடங்கியுள்ள உண்மைத்தன்மையையும் போலித்தன்மையையும் புரிந்துகொள்ளும் விதமாக தங்கப்பா எழுதிய விரிவான கட்டுரைகள் ஒருவிதத்தில் நம் எண்ணங்களில் படிந்துள்ள இருளை அகற்றும் வலிமையுள்ளவை. தீமையில்லாமலும் அன்புடன் இணைந்து வாழவும் நமக்குக் கற்றுக்கொடுப்பவையே உண்மையானவை. போட்டிபோட்டு வெல்லவும், அடுத்தவர் துயர்கண்டு பாராமுகமாய் விலகிச் செல்லவும் நமக்குக் கற்றுக்கொடுப்பவை அனைத்தும் போலியானவை. இதுவே தங்கப்பாவின் பார்வை.

கோடிக்கணக்கான மக்களுக்கிடையிலும் இயற்கைச்சூழல்களுக்கு நடுவிலும் நம் வாழ்க்கை அமைந்திருக்கிறது. நம்மைச் சூழ்ந்துள்ள மக்களையும் இயற்கையையும் நாம் புரிந்துகொள்ள வேண்டியது அவசியம். நமக்கும் இவற்றுக்கும் இடையில் அமைந்துள்ள இயற்கையான உறவையும் புரிந்துகொள்ள வேண்டும். அடிப்படையான

இந்தப் புரிதல் இருந்தால் மட்டுமே இந்த வாழ்க்கையையும் புரிந்து கொள்ள முடியும். நம்மிடம் படிந்துள்ள கோணல்களையும் நேர்ப்படுத்துக் கொள்ள முடியும்.

மனிதர்களுக்கு இந்தப் புரிதல் ஏன் தேவைப்படுகிறது என்னும் கேள்விக்கான விடையில்தான் வாழ்வியல் பற்றிய தங்கப்பாவின் கட்டுரைகளுடைய முக்கியத்துவம் அடங்கியிருக்கிறது. இந்த உலகம் நமக்கு மட்டுமே சொந்தமன்று. எல்லா மக்களுக்கும் எல்லா உயிர்களுக்கும் உரிமையானது. நம்மைப்போலவே எல்லா மக்களும் எல்லா உயிர்களும் வாழ்வதற்கு உரிமையுடையவர்கள். நாம் நம் முன்னேற்றத்தை மட்டுமே கருதி வாழத் தொடங்கினால், மற்றவர்களுக்கு ஏதோ ஒருவகையில் இடையூறு செய்தவர்களாவோம். ஒவ்வொருவரும் தம் முன்னேற்றம் ஒன்றையே முதன்மையாகக் கருதி வாழத் தொடங்கினால் இடையூறுக்கு மேல் இடையூறாக குவிந்துகொண்டே செல்லும். இதனால் வாழ்க்கை நலம் சிதையத் தொடங்கும். ஒருவகையில், தங்கப்பாவின் கட்டுரைகளை இப்படிப்பட்ட சிதைவைத் தடுப்பதற்கான முயற்சி என்றே சொல்லவேண்டும்.

'சாதி என்பது வெளியே மட்டுமில்லை, உள்ளே இருக்கிறது' என தன் இறுதிக்காலம் வரை சொல்லிக்கொண்டே இருந்தார் தங்கப்பா. பல்வேறு வடிவங்களில் பல்வேறு பெயர்களில் அது நெஞ்சிலேயே மறைந்திருக்கிறது. வெளிப்படையான சாதிக்கொடுமைகளைக் கண்டு குமுறுகிறவர்களே நம்மைச் சுற்றி வாழ்கிறார்கள். அக்கொடுமைகள் கண்டிக்கத்தக்கவை என்பதிலோ, கண்டு குமுறத்தக்கவை என்பதிலோ ஒரு துளியும் மாற்றமில்லை. ஆனால் அதே சமயத்தில் நமக்குள் இருக்கும் சாதி மனப்பான்மையிலிருந்தும் நாம் விடுதலை பெறவேண்டும். நமக்கு ஒரு தீமை நடக்கும்போது அலறுவதோடு நாம் நின்றுவிடக் கூடாது, மாறாக நம்மாலும் எங்கும் ஒருவித தீமையும் நிகழாமல் பார்த்துக்கொள்ளவேண்டும். நமக்கு தீமை பயக்கும் அமைப்புகளை எதிர்த்து முழக்கமிடுவதோடு நமக்கு நலம் விளைவதற்தாக நாமே அமைத்துக்கொண்டிருக்கும் அமைப்புகளிலிருந்தும் விடுபடவேண்டும்.

ஆங்கிலம் படித்தவன் தமிழ் படித்தவனைவிட உயர்ந்தவன் என நினைத்துக்கொள்கிறான். முதுகலை படித்தவன் இளங்கலை படித்தவனை தாழ்வாக நினைக்கிறான். இளங்கலை படித்தவன் பள்ளிமாணவனை தாழ்வாக நடத்துகிறான். பள்ளிப்படிப்பை முடித்தவன் படிப்பறியா மனிதனைத் தாழ்வாக நடத்துகிறான். பெரும்பதவிகளில் இருப்பவர்கள் தாழ்ந்த பதவிகளில் இருப்பவர்களை மதிப்புக்குறைவாகவே நடத்துகிறார்கள். இப்படி ஏதோ ஒரு தன்மையை முன்வைத்து ஒவ்வொருவரும் மற்றவர்களைத் தாழ்வாக நினைத்து ஒதுக்குகிறார்கள். இப்படி பல்வேறு வடிவங்களிலும் பல்வேறு பெயர்களிலும் மேல்கீழ்

பார்க்கும் சாதியுணர்வு நம் நெஞ்சிலேயே மறைந்திருக்கிறது. இவ்வுணர்விலிருந்து விடுபடுவதே மிகவும் முக்கியம். மனமே தீமையின் பிறப்பிடமாக இருக்கிறது. மனத்தின் தான் என்னும் முனைப்பே உயர்வைத் தேடுகிறது. பிளவுக்கு வழிவகுக்கிறது. ஒழுங்கைச் சிதைக்கிறது. இந்தத் தனிமுனைப்பை அகற்றி வாழ்வோடு முழுமையாகக் கரைந்து நிற்கும் போது மட்டுமே நாம் சாதியுணர்விலிருந்து முழுமையாக விடுபட்டவர்களாக இருப்போம். அதுவரை நாம் முன்னெடுக்கும் போராட்டங்கள் எல்லாம் நிழலை எதிர்த்து மோதும் போராட்டங்களே.

இந்த வாழ்வியல் பார்வை வள்ளுவர் காலத்திலேயே முன்வைக்கப்பட்டிருப்பதைச் சுட்டிக்காட்டியுள்ளார் தங்கப்பா. 'வையத்துள் வாழ்வாங்கு வாழ்பவன் வானுறையும் தெய்வத்துள் வைக்கப்படும்' என்னும் குறளில் வள்ளுவர் குறிப்பிடும் வாழ்வாங்கு வாழ்தல் என்பது நெஞ்சில் தன்முனைப்பென எதுவுமின்றி, வாழ்வோடு முழுமையாகக் கரைந்து வாழும் வாழ்க்கையைத்தான் குறிக்கிறது. இதுவே தங்கப்பாவின் பார்வை. ஒரு பூச்செடி வளர்ந்து பூத்து மணம் கமழ்வதுபோல, ஒரு மரம் பிஞ்சுவிட்டு, காய்த்து கனிந்து நிற்பதுபோல மனிதமனமும் பண்பட்டு, முதிர்ந்து, கனிந்து வேறுபாடற்ற வெளியில் கலந்து நிற்கிறது. ஒருவகையில் இதுவே தெய்வவாழ்வு.

வாழ்வியல் தொடர்பாக இருபத்தொன்று கட்டுரைகளுடன் தங்கப்பா எழுதிய புத்தகம் 'எது வாழ்க்கை?'. சார்பற்றிருத்தல், அகவிடுதலை, தன்முனைப்பு அறுதல், தன்னை இழத்தல், முழுமை பெறுதல் போன்ற மையமான கருத்துகள் தொடர்பான செய்திகளை தங்கப்பா இந்தப் புத்தகத்தில் தொட்டுக்காட்டுகிறார். அகப்புரட்சி என்னும் சொல்லை பல கட்டுரைகளில் பயன்படுத்துகிறார் தங்கப்பா. தன்னலத்திலிருந்து விடுபடுவதையும் ஒழுங்கிலிருந்து வழுவாதிருப்பதையும்தான் தங்கப்பா அகப்புரட்சி என்னும் சொல்லால் அடையாளப்படுத்துகிறார்.

பொதுவாக மக்களில் பெரும்பாலானோர் பிறர் மீது அன்புள்ளவர்களாகவே இருக்கிறார்கள். இரக்கம் காட்டுகிறவர்களாகவும் உள்ளார்கள். ஆயினும் இந்த அன்பும் இரக்கமும் அவர்களுடைய 'நான்' என்னும் தன்னுணர்வுக்கு முதன்மை கொடுக்கும் வகையிலேயே உள்ளன. நம்மை மதிப்பவர் மீதுதான் நாம் அன்பும் இரக்கமும் காட்டுகிறோம். நம்மைப் பிடிக்காத, நம்மை மதிக்காத ஒருவரிடம் நாம் அன்பைக் காட்டுவதில்லை. நாம் பெருமையடித்துக்கொள்ள இயலாததும் நமக்கு மதிப்பைத் தராததுமான ஒரு செயல் உண்மையாகவே மக்கட்குப் பயன்படும் நல்ல செயலாக இருந்தாலும் அதைச் செய்ய முன்வரமாட்டோம். அது பிழை. நமக்கு நிறைவில்லாத போதிலும், நமக்கு

பயன்கிட்டாத போதிலும் நாம் செய்யவேண்டிய கடமைகளைச் செய்யவேண்டும். அதுவே அன்பியக்கத்தில் இருப்பவர்களுக்கு அழகு.

ஒருவன் ஒரு கல்வி நிறுவனத்துக்கு ஒரு குறிப்பிட்ட அளவு பெரிய தொகையன்றை நன்கொடையாக வழங்குவதாக வைத்துக் கொள்வோம். அது நல்ல செயல்தான். ஆனால் அப்படிப்பட்ட ஆள் பக்கத்துவீட்டுச் சிறுவனுக்கு புத்தகம் வாங்க ஐந்து ரூபாய் கூட கொடுக்க மனமற்றவன் என்பதைத் தெரிந்துகொள்ளும்போதுதான் முரண்பாடு வெளிச்சத்துக்கு வருகிறது. அந்த நன்கொடை புகழ்வேட்கையால் விளைந்த செயலேயன்றி, இயல்பான இரக்கத்தால் அளிக்கப்பட்டதல்ல என்பதையே இந்த நிகழ்ச்சி உணர்த்துகிறது. எனவே, ஒரு செயலைவிட செயல் எந்த அடிப்படையிலிருந்து எழுகிறது என்பதே முதன்மையானது.

உலகியல் உயர்வு மட்டுமே முதன்மையானது என்னும் பிழையான நம்பிக்கையே நம்மை ஒவ்வொரு நாளும் ஓடவைக்கிறது. அதனால் உருவாகும் வேட்கைகளால் அல்லாடுகிறோம். செயற்கையான இலக்குகளை முன்னிறுத்தி பந்தய ஓட்டம் ஓடுகிறோம். ஒரு இலக்கை அடைந்ததும் அடுத்தடுத்து இலக்குகள் முளைத்தபடியே இருக்கின்றன. ஓட்டத்தை நிறுத்த வழியே இருப்பதில்லை. வாழ்நாள் முழுதும் இலக்குகளைத் தேடிய ஓட்டமாகவே மாறிவிடுகிறது. தேவைகளை நிரப்ப நிரப்ப, நிறைவின்மையே மிகுகின்றது. ஒருவித எந்திரத்தன்மை கொண்ட வாழ்க்கையில் நாமே சிக்கிக்கொள்கிறோம். வாழ்க்கையைச் சரியாக வாழ்வது ஒன்றுதான் இதற்குத் தீர்வு.

வாழ்வை சரியாகப் புரிந்துகொண்டால் மிகக்குறைந்த தேவைகளோடு நிறைவாக வாழலாம். எளிமையில்தான் வாழ்க்கை சுவை நிறைந்ததாக இருக்கிறது. உள்ளம் எளிமையாகவும் மகிழ்ச்சியாகவும் இருக்கும்போது புறத்தேவைகள் முதன்மையிழக்கின்றன. மகிழ்ச்சியைப் புறக்கணித்து வேலைகளைச் சுமையாக்கிக்கொண்டு அவற்றுக்கு அடிமையாக இருக்கத் தேவையில்லை. சுவையுணர்வில்லாமல் நாம் செய்கிற வேலைகள் அனைத்தும் சுமைகளாகவே ஆகின்றன. வாழ்க்கை என்பது அடையத்தக்க ஒன்றல்ல, வாழவேண்டிய ஒன்று என்பதைப் புரிந்துகொள்ள வேண்டும்.

'குழந்தை வளர்ப்பும் அன்பும்' என்னும் கட்டுரையில் பெற்றோர்கள் குழந்தை வளர்ப்பில் கடைபிடிக்கவேண்டிய சில கடமைகளை தங்கப்பா தெளிவாக முன்வைத்திருக்கிறார். குழந்தை வளர்ப்பு என்பது திட்டமிட்டுச் செய்யவேண்டிய 'அன்புச்செயல் என்று தங்கப்பா குறிப்பிடுகிறார். உலகியல் திறமைகளையும் உலகியல் நோக்கத்தையும் ஊட்டி வளர்ப்பதற்கு மாறாக, அன்பும் இரக்கமும் கனிவும் நம்பிக்கையும் கொண்டவர்களாக குழந்தைகளை வளர்க்கவேண்டும். அக்குழந்தைகள்

நாளடைவில் வளர்ச்சியடையும்போது பெற்றோர் மீது மட்டுமன்றி, எல்லோரோடும் அன்பு பாராட்டுகிறவர்களாக இருப்பார்கள். மக்கள் தம்மிடையில் பூசலில்லாமல், ஒருவரையொருவர் சுரண்டாமல், தமக்குள் இணக்கமாக வாழ்வதற்கு மிகமிக அடிப்படையானது அன்பு. இந்த அன்பே எதிர்காலத்தில் மனிதநேயமாக மலர்கிறது. தன்னலமற்ற அன்பைப் பொழிவதன் வழியாக குழந்தைகள் மனநலம் உடையவர்களாக வளர்ச்சி பெறுகிறார்கள். குடும்பநலம், மக்கள் நலம் அனைத்துக்கும் அதுவே அடிப்படை.

'நூலறிவும் தன்னறிவும்' என்பது தங்கப்பாவின் மற்றொரு முக்கியமான கட்டுரை. எல்லா அறிவையும் நாமே சொந்தமாகத் தேடிப் பெற்றுவிட முடியாது. பிறர் துணையில்லாமல் முழு அறிவும் நமக்குக் கிடைத்துவிடாது. சான்றோர்களிடமிருந்தும் தத்துவ நூல்களிடமிருந்தும் கூட நாம் அறிவு பெறுவது அவசியம். ஆனால் சொந்த வேர்ப்பிடிப்பும் சொந்த உயிர்ப்பும் நம்மிடம் இருந்தே தீரவேண்டும். பிறரிடமிருந்து பெறும் அறிவை இந்தச் சொந்த உள்வலிமையே நமக்குப் பயனுள்ளதாக மாற்றுகிறது. சொந்த அறிவில்லாதவர்களுக்கு சான்றோர் உரைகளால் குழப்பமே எஞ்சும். எண்ணங்கள் மேலும் மேலும் சிக்கலடையும். குழப்பத்தையே தெளிவு என நினைக்கவும் சிக்கலையே அறிவு என நினைக்கவும் வைத்துவிடும்.

அன்னையைப்போல இயற்கையை அன்புடன் நோக்கி நோக்கி அடையும் அனுபவங்களே சொந்த அறிவு. பூ, புல், நுரை, அலை, கல், கடல், கதிரவன், பறவை, முகில், நிலா என ஒவ்வொன்றிலிருந்தும் அவன் கற்றறிகிறான். அன்னையிடம் அன்புடன் பழகுவதுபோல உலகமனிதர்கள் அனைவரோடும் அன்புடன் பழகிப் பழகி அடையும் அனுபவங்களே சொந்த அறிவு. இந்தச் சொந்த அறிவு உயிர்ப்பாற்றல் மிக்கது. கற்றுக்கொள்வது என்பது எப்போதும் உணவை உண்டு செரித்து பயன்பெறுவதுபோல இருத்தல் வேண்டும். தகவல் திரட்டுவதாகவோ அல்லது அறிவைத் திரட்டுவதாகவோ நின்றுவிடக் கூடாது. ஆனால் பெரும்பாலானோர் கல்வி என்பதை அறிவைத் திரட்டிச் சேர்த்துக் கொள்கிறவர்களாகவே இருக்கிறார்கள். உணவுப்பொருட்களை மூட்டை மூட்டையாகக் கட்டி தலையிலும் தோளிலும் சுமப்பதுபோல அந்த அறிவைச் சுமந்துகொண்டு திரிகிறார்கள்.

'எது வாழ்க்கை' புத்தகத்தைப்போலவே தங்கப்பா எழுதிய 'பாட்டு வாழ்க்கை' புத்தகமும் மிக முக்கியமானது. முதல் பதிப்பாக வெளிவந்த போது ஏழு கட்டுரைகள் மட்டுமே இருந்தன. இரண்டாவது பதிப்பாக அமைப்பின் ஒத்த தன்மையின் காரணமாக மேலும் ஆறு கட்டுரைகளை இணைத்துக்கொண்டார். எல்லாக் கட்டுரைகளும் சிந்தனைகளை பல திசைகளை நோக்கி விரிந்தெழச் செய்யும் ஆற்றல் கொண்டவை.

வழக்கமாக ஒவ்வொரு நாளும் செய்வதையே அட்டவணை மாறாமல் அப்படியே செய்வது ஒரு வாழ்க்கை. அட்டவனை பிசகுவதைப் பற்றி வருத்தப்படாமல் கற்பனையில் மிதந்தும் மனம்போன திசையில் நடந்தும் கற்பனையில் திளைத்தும் வாழ்வது இன்னொரு வாழ்க்கை. முதலில் சொன்னது உரைநடை வாழ்க்கை. அடுத்து சொன்னது பாட்டு வாழ்க்கை.

உலகியல் நோக்கங்களைப்பற்றி மட்டுமே நினைத்து பொழுதெல்லாம் ஓடிக்கொண்டே இருப்பதில் பொருளில்லை. நம் வாழ்க்கையை ஒரு போதும் எந்திரத்தனமாக மாறிவிடுவதற்கு அனுமதிக்கக்கூடாது. ஒரு சிறிய இடைவெளியைக் கண்டுபிடித்து சிரிப்பும் விளையாட்டுமாக வேறுவிதமாக வாழ்ந்து பார்க்கலாம். மனைவி, பிள்ளைகளோடு நேரத்தைச் செலவு செய்யலாம். பயணம் செல்லலாம். எதைச் செய்தால் அனைவரும் மகிழ்ச்சிகொள்வார்களோ, அதைச் செய்து மகிழ்ச்சியடையலாம். அலுவலகம் செல்வதும் கடமைகளைச் செய்வதும் உரைநடை வாழ்க்கை. குழந்தைகளுக்குப் பொம்மைகள் செய்து கொடுப்பதும் அவர்களோடு சேர்ந்து பட்டம் விட்டு விளையாடுவதும் பாட்டுவாழ்க்கை.

அலுவல் பார்க்கத்தான் வேண்டும், பொருள் ஈட்டத்தான் வேண்டும். அந்த முயற்சிகளிலிருந்து யாரும் பின்வாங்கிவிடவும் கூடாது. விட்டுவிடவும் கூடாது. அத்தோடு சற்றே வாழ்க்கையைச் சுவையாக வாழவும் தெரிந்திருக்கவேண்டும் என்பதுதான் தங்கப்பாவின் பார்வை. அவரைப் பொறுத்தவரையில் கல்லூரிக்கு தினமும் சென்று பாடம் நடத்துவது ஒருவித உரைநடை வாழ்க்கை. அதே தருணத்தில் விடுமுறை நாட்களில் மிதிவண்டியில் பிள்ளைகளை அமரவைத்துக்கொண்டு , பையில் உப்புக்கடலையும் மணிலாக்கொட்டையும் நிரப்பிக்கொண்டு சிரித்துப் பேசியபடி ஏரிக்குப் போவதும் பறவைகள் பார்ப்பதும் மரக் கிளைகளில் ஏறி ஊஞ்சலாடுவதும் பாட்டு வாழ்க்கை. விறைத்துக் கொண்டே வாழாமல் கொஞ்சம் விளையாட்டுத்தனமாகவும் வாழ்ந்து பார்க்கலாம். ஒரு காட்டுக்குள் மரம் வெட்டச் செல்பவனும் விலங்குகளை வேட்டையாடச் செல்பவனும் போல நமக்குநாமே விதித்துக்கொண்ட கட்டுப்பாடுகளுக்குள் முடங்கி வறட்டுத்தனமாக வாழ்வது உரைநடை வாழ்க்கை. காட்டுக்குள் மலர்ந்து மணம்பரப்பும் பூக்களைக் காணவும் விதவிதமான ஓசைகளோடு பறந்து திரியும் பறவைகளைப் பார்க்கவும் நெளிந்தோடும் நீரோடைகளையும் பார்க்கவும் செல்லும் பயணியைப்போல சுதந்திரமாக இயற்கையில் தோந்து வாழ்வது பாட்டு வாழ்க்கை.

ஒரு கோணத்தில், ஒவ்வொரு முறையும் நம் எல்லையை நாமே மீறிச் செல்வதன் வழியாக அடையப்பெறும் மகிழ்ச்சியையே தங்கப்பா

பாட்டு வாழ்க்கை என்று குறிப்பிடுகிறார். நம் எல்லையை நாமே மீறுவது என்பது, நம் எல்லையை மேலும் மேலும் விரிவுபடுத்திக்கொண்டே செல்வதாகும். தங்கப்பாவின் 'என்ன கெட்டுவிட்டது?' ஒரு முக்கியமான கட்டுரை. இந்த ஒரு தொடருக்கு அமைந்திருக்கும் ஆற்றலை பல்வேறு தருணங்களை எடுத்துக்காட்டாக முன்வைத்து நம்மையே உணரச் செய்கிறார் தங்கப்பா. இதன் வழியாக ஒரு புதிய வாழ்க்கைமுறைக்கு நம் உள்ளம் பழகுகிறது. நம் உள்ளமே நம் சிக்கல்களின் பிறப்பிடம். உள்ளம் சரியாக இருந்தால் எதையும் நாம் எதிர்கொள்ள முடியும். எதிலும் சிக்கல் இல்லாமல் தப்பிக்கலாம். பார்ப்பதற்கு ஓர் எளிய நடைமுறைத் தந்திரம் போல இது தோற்றமளித்தாலும் இதில் ஆழ்ந்த பொருள் இருப்பதை கட்டுரையை முழுமையாக வாசித்தபிறகு உணர்ந்துகொள்ளலாம்.

'என்ன கெட்டுவிட்டது?' என்பதற்குப் பொருத்தமான பல எடுத்துக் காட்டுகளை இக்கட்டுரை முழுதும் அடுக்கிவைத்திருக்கிறார் தங்கப்பா. எடுத்துக்காட்டாக, நாம் குளிப்பதற்காக வேகமாக குளியலறைக்குள் செல்கிறோம் என வைத்துக்கொள்வோம். உள்ளே சென்றபிறகுதான் குழாயில் வெந்நீர் வரவில்லை என்னும் உண்மையைத் தெரிந்து கொள்கிறோம். அக்கணம் விர்ரென்று உச்சிக்கேறும் சினத்தை 'இப்போது என்ன கெட்டுவிட்டது?' என நமக்கு நாமே கேட்டுக்கொள்ளும் கேள்வியால் ஆற்றிவிட முடியும். இன்னொரு எடுத்துக்காட்டு. பல ஆண்டுகளாக ஒரே இடத்தில் வேலை செய்கிறவருக்கு திடீரென இடமாற்றம் வருகிறது என வைத்துக்கொள்வோம். அப்போது உருவாகும் எரிச்சலையும் தன்னிரக்கத்தையும் 'இப்போது என்ன கெட்டுவிட்டது?' என கேட்டுக் கொள்ளும் கேள்வி ஆறுதலையும் தெம்பையும் வழங்குகிறது. அந்த ஊரிலும் மக்கள் இருக்கத்தானே செய்கிறார்கள், அந்த வாழ்க்கையையும் பழகி அறிந்துகொள்ளலாமே என நேர்மறையாக நினைக்கும்போது மனச்சுமை இறங்கிவிடுகிறது.

வாழ்க்கையில் அவ்வப்போது அவலங்கள் ஏற்படுவது இயற்கை. அவற்றை எதிர்கொண்டு முன்னோக்கிச் செல்வதே நல்லது. மாறாக, அவற்றைக் கண்டு அஞ்சிப் பின்வாங்குவதோ, துயரத்தில் மூழ்குவதோ கூடாது. தன்னிரக்கம் என்பது நம்மை கொஞ்சம்கொஞ்சமாக கொன்று தின்னும் விலங்கு. அதற்கு ஒருபோதும் இடமளிக்கக்கூடாது. அவலமும் வாழ்வின் ஒரு பகுதியே. அதைக் கடந்துசெல்லும் வழியறிந்து கடப்பதே நல்ல வழி. நம் வாழ்வில் நிகழும் அவலங்கள் ஒருவகையில் நம்மைப் பக்குவப்படுத்துகின்றன. அந்த அவலம் நம் வாழ்வில் நிகழ என்ன காரணம் என்பதை எண்ணிப் பார்க்கும் வாய்ப்புகளை நமக்கு வழங்குகின்றன. அதனால் பிறக்கும் தெளிவு ஓர் அனுபவப்பாடம்.

'எதிர்விசை தவிர்த்தல்' என்பது இன்னொரு முக்கியமான கட்டுரை. விசை என்பது ஒருவரிடம் செயல்படும் ஆணவம். ஆணவத்தை எதிர்கொள்ளும் வழி நம்முடைய ஆணவத்தைத் துறத்தல் மட்டுமே. தங்கப்பா தன் கட்டுரையை ஒரு நடைமுறைக் காட்சியை முன்வைத்துத் தொடங்குகிறார். அக்காட்சியில் கடற்கரையில் இடுப்பளவு நீரில் அலைகளுக்கிடையில் ஒருவர் நின்றுகொண்டு குளிக்கிறார். ஒவ்வொரு முறையும் அலை அவரை நோக்கிப் பாய்ந்துவருகிறது. அப்போது அவர் குனிந்து நீருக்குள் மூழ்கிக்கொள்கிறார். அலை கடந்துபோனதும் எழுந்து நிற்கிறார். சில நொடிகளில் அடுத்த அலை வருகிறது. அப்போதும் அவர் வேகமாகக் குனிந்துகொள்கிறார். அந்த அலை கடந்துபோனதும் மீண்டும் எழுந்து நிற்கிறார். எதிர்விசை தவிர்க்கும் திட்டத்தால் அலைகளுக்கு நடுவிலும் இழுபட்டுப் போகாமல் நின்ற இடத்திலேயே நின்று அவரால் குளிக்கமுடிகிறது. வாழ்க்கையிலும் எதிர்விசை தவிர்க்கும் கலையை நாம் கடைபிடித்தால் பல மோதல்களைத் தவிர்க்கமுடியும். பல வேண்டாத எதிர்ப்புகளைத் தவிர்த்துவிடலாம்.

'கொடுத்தலே வாழ்க்கை' என்னும் கட்டுரைத்தொகுதியில் பத்து கட்டுரைகள் உள்ளன. கொடுத்தல் என்பது வெறும் பொருளைக் கொடுத்தல் மட்டுமன்று. அன்பு, அருள், இரக்கம், இணக்கம், இனிமை, நெகிழ்ச்சி என அனைத்தையும் கொடுப்பதே, கொடுத்தல் என்பதன் உண்மையான பொருளாகும். எப்போது மனிதர்கள் கொடுத்தலில் தம்மை இழக்கிறார்களோ, அப்போதே தம்மைப் புதுப்பித்துக்கொள்ள முடியும். ஒருவருக்கு கல்வியை, செல்வத்தை, அன்பை கொடையாக அளிப்பதில் உள்ள மகிழ்ச்சியையும் மலர்ச்சியையும் விரிவாகச் சொல்கிறார் தங்கப்பா. மேலும் ஆட்சிமொழி, பயிற்றுமொழி, கல்லூரிக்கல்வி, பெண்களுக்கு இழைக்கப்படும் கொடுமை என பல்வேறு பொதுத்தலைப்புகளிலும் தம் எண்ணங்களை முன்வைத்திருக்கிறார். மக்கள் தாய்மொழியைப் பற்றி கொண்டிருக்கும் பிழையான எண்ணங்கள் குறித்த துயரையும் தாய்மொழி வளர்ச்சிக்கு உதவாத கல்விமுறையையும் ஆட்சிமுறையையும் கண்டிக்கும் குரலையும் முன்வைக்கும் சில கட்டுரைகளும் இத் தொகுதியில் உள்ளன. தாய்மொழியை ஒதுக்குவது கூட ஒருவகையில் ஒழுங்கிலிருந்து பிறழ்ந்து செல்லும் போக்கு என்றே குறிப்பிடுகிறார் தங்கப்பா.

தங்கப்பா வாழ நினைத்ததும் வாழ்ந்ததும் ஒருவித பாட்டு வாழ்க்கை. பேராசைக்கு இடமின்றி, சுற்றியிருப்பவர்களோடு நட்பு பேணி இயற்கையோடு இயைந்துவாழும் ஒருவித எளிய வாழ்க்கை. அன்போடும் கனிவோடும் மாந்தர்களோடு பழகி, வியப்பையும் மகிழ்ச்சியையும் அனைவரோடும் பகிர்ந்து வாழும் வாழ்க்கை. நினைத்தால் நம் அனைவருக்கும் சாத்தியப்படக்கூடிய வாழ்க்கையே என்பதில் ஐயமில்லை.

நூலின் இறுதியில் ‘இருவேறு வாழ்க்கை’ என்னும் தலைப்பில் ஒரு பாடல் உள்ளது. வாழ்வின் இருவேறு போக்குகள் அழகாக அடுக்கப்பட்டு காட்சிப்படுத்தப்படுகின்றன. நம்முடைய தேர்வு என்ன என்பதை நாமே முடிவுசெய்யவேண்டும்.

‘கடலுக்குள் மூச்சடக்கி முத்தெடுத்து வந்து
காசுபணம் பண்ணிடுதல் அதுவேறு வாழ்க்கை
கடலோரம் அழகழகுக் கிளிஞ்சல்கள் பொறுக்கி
கலைவடிவம் சமைத்திடுதல் இதுவேறு வாழ்க்கை
புத்தகங்கள் பலஎழுதி ஆய்வுரைகள் இயற்றி
புகழுக்கே ஏங்கிடுதல் அதுவேறு வாழ்க்கை
எச்செயலும் அச்செயல்மேல் அன்பாலே செய்தல்
இயல்பாக வாழ்ந்திடுதல் இதுவேறு வாழ்க்கை’.

***

## 14. தங்கப்பாவின் இறுதிக்காலம்

1994இல் கல்லூரி விரிவுரையாளர் பணியிலிருந்து தங்கப்பா ஓய்வு பெற்றார். அவருக்கு முன்பாக ஆசிரியர் பணியிலிருந்து ஓய்வு பெற்றிருந்த அவருடைய நீண்டகால நண்பரான புலவர் திருமுருகன் புதுவையில் தமிழ்வளர்ச்சிக்காக உழைக்கும்பொருட்டு புதுவைத் தமிழன்பர்கள் தமிழ்ப்பணி அறக்கட்டளை என்னும் அமைப்பை உருவாக்கி நடத்திவந்தார். தமிழுணர்வு கொண்ட தங்கப்பாவும் அவருடன் இணைந்துகொண்டார்.

அறக்கட்டளையின் சார்பாக 'தெளிதமிழ்' என்னும் பெயரில் திருமுருகன் ஒரு மாத இதழைத் தொடங்கினார். திருமுருகனின் வேண்டுகோளுக்கிணங்கி அவ்விதழுக்கு தங்கப்பா துணையாசிரியராக பொறுப்பேற்றுக்கொண்டார். ஒவ்வொரு மாதமும் தெளிதமிழ் இதழுக்காக முகப்புப்பாடலையும் ஆசிரியவுரைக் கட்டுரையையும் தங்கப்பா எழுதிக் கொடுத்தார். தெளிதமிழில் வெளிவந்த ஆசிரியவுரைக்கட்டுரைகள் ஒவ்வொன்றும் தமிழ்முன்னேற்றம் சார்ந்தும் வாழ்வியல் சார்ந்தும் எழுதப்பட்டதாகும். சமகாலத்தில் தாய்மொழிப் பயிற்சியே இல்லாமல் ஒரு புதிய தலைமுறை உருவாகிவரும் அவலத்தைக் கண்டு அவர் மனம் ஆழ்ந்த துயரத்தில் மூழ்கியிருந்தது. அதைத் தடுக்கமுடியாத கையறு நிலையில் அரசுக்கும் மக்களுக்கும் தங்கப்பா தம் கட்டுரைகள் வழியாக வேண்டுகோள்களை முன்வைத்தபடி இருந்தார்.

பள்ளிகளில் தமிழே பயிற்றுமொழியாக விளங்கவேண்டும் என்ற எண்ணத்தை தங்கப்பா தன் கட்டுரைகளில் தொடர்ந்து வலியுறுத்திவந்தார். அறுபதுகளின் நடுப்பகுதியில் தமிழை ஆட்சிமொழியாக அறிவித்த புதுச்சேரி அரசு, அச்சட்டத்தை முப்பதாண்டுகளுக்கும் மேலாக நடைமுறைப்படுத்தாமலேயே வைத்திருந்தது. அறக்கட்டளை அமைப்பினரோடு புறப்பட்டுச் சென்று அமைச்சர்களையும் ஆளுநரையும் அதிகாரிகளையும் சந்தித்து ஆட்சிமொழிச் சட்டத்தை உடனடியாக நடைமுறைப்படுத்தும்படி கேட்டுக்கொண்டார் தங்கப்பா.

அவர்களுடைய கோரிக்கையை ஏற்றுக்கொண்ட அமைச்சர் ஆட்சிமொழியாக தமிழை நடைமுறைப்படுத்துவதற்கான அடிப்படைப் பணிகளை மேற்கொள்வதற்காக தமிழ்வளர்ச்சிக்குழு ஒன்றை உருவாக்கினார். அக்குழுவின் பொறுப்பதிகாரியாக இரண்டாண்டு காலத்துக்கு திருமுருகன் அவர்களே அமர்த்தப்பட்டார். புதுவையைச் சேர்ந்த சில தமிழறிஞர்களையும் அக்குழுவில் இணைத்துக்கொண்டு, தமிழ் ஆட்சிமொழிக் கலைச்சொற்களை உருவாக்கும் பணியும் உடனடியாகத் தொடங்கப்பட்டது. அலுவலக நடைமுறைகளுக்கு உகந்த

சில அடிப்படை வரைவுகள், குறிப்பாணைகள், நினைவூட்டு மடல்கள் போன்றவற்றுக்கான தமிழ்வடிவ முன்மாதிரிகள் உருவாக்கப்பட்டன.

சிறப்பதிகாரியின் இரண்டாண்டுப்பணி முடிவடையும் நிலையில் திருமுருகனின் பதவிக்காலத்தை நீட்டிக்கவேண்டிய அரசு அதைச் செய்யத் தவறியது. ஒருவேளை அவர் பதவியில் தொடர்வதை விரும்பவில்லை என்றால், இன்னொரு புதியவரையாவது அப்பதவியில் அமர்த்தியிருக்க வேண்டும். இரண்டையுமே செய்யாத அரசு வாளாவிருந்து, அக்குழுவை செயல்படமுடியாத நிலைக்குத் தள்ளியது. நடவடிக்கைக்குழு மீண்டும் களத்தில் இறங்கி அமைச்சரையும் அதிகாரிகளையும் சந்தித்து, குழுவுக்கு புத்துயிர் கொடுக்கவோ, அல்லது முறையானதொரு இயக்குநரின் கீழ் இயங்குமாறு தமிழ்வளர்ச்சித்துறை ஒன்றை உருவாக்கவோ செய்யவேண்டும் என்ற வேண்டுகோளை முன்வைத்தது. அரசு அலுவலர்கள் அரசு ஆவணங்களில் தமிழிலேயே கையெழுத்திட வேண்டும் என்ற அரசாணை இருந்தபோதும் பெரும்பாலான அலுவலர்களும் அதிகாரிகளும் அதைப் புறக்கணித்துச் செயல்படுவதையும் அரசின் கவனத்துக்குக் கொண்டுசென்றது.

அரசு தொடர்ந்து பாராமுகமாகவே இருந்ததால் தங்கப்பாவும் திருமுருகனும் நடவடிக்கைக்குழுவில் இடம்பெற்றிருந்த மற்ற உறுப்பினர்களோடு சேர்ந்து நடைப்பயணம் சென்று நகரத்தின் பல பகுதிகளுக்கும் சென்று பரப்புரை செய்தனர். பலமுறை மடல்வழி விடுத்த வேண்டுகோள்களுக்கும் அமைச்சர்களையும் அதிகாரிகளையும் சந்தித்து நிகழ்த்திய உரையாடல்களுக்கும் ஒரு பயனும் விளையவில்லை.

இதற்கிடையில் புதுவை அரசின் 2000ஆம் ஆண்டுக்கான தமிழ்மாமணி விருதுக்குரியவராக திருமுருகனின் பெயரும் கலைமாமணி விருதுக்குரியவராக தங்கப்பாவின் பெயரும் அறிவிக்கப்பட்டன. நடவடிக்கைக்குழுவின் வேண்டுகோள்களைப் புறக்கணித்ததாலும் தமிழ்வளர்ச்சிப் பணிகள் சார்ந்து எவ்விதமான அக்கறையும் கொள்ளாமல் இருந்ததாலும் இருவருமே அவ்விருதுகளைப் பெற்றுக்கொள்வதில்லை என்ற முடிவுக்கு வந்தனர். ஆயினும் இருவருக்கும் நெருங்கிய நண்பர்கள் வழியே விருதைப் புறக்கணிக்கும் முடிவை கைவிடும்படி ஒரு செய்தியை அனுப்பியிருந்தார் அமைச்சர். தமிழ்வளர்ச்சிக்குழுவின் வருங்காலச் செயல்பாடுகளுக்கு அரசுடன் இணக்கமான நல்லுறவைப் பேணுவது நல்லது என்ற எண்ணத்துடன் விருதை ஏற்றுக்கொள்ளும் முடிவுக்கு வந்தனர்.

விருது வழங்கும் விழாவில் ஏற்புரை வழங்கிய திருமுருகன், அரசு அலுவலர்கள் தமிழிலேயே கையொப்பமிடல் வேண்டும் என்ற அரசு ஆணை பல ஆண்டுகளாக நடைமுறைப்படுத்தப்படாமலேயே

இருப்பதை வருத்தத்துடன் சுட்டிக்காட்டினார். அரசு அமைப்பை மதிக்கும் வகையில் விருதுகளை ஏற்றுக்கொண்டாலும் ஒருமாத காலத்துக்குள் அரசு ஆணை நடைமுறைப்படுத்தப்படாவிட்டால் பெற்ற விருதுகளைத் திருப்பியளிப்பதைத் தவிர வேறு வழியில்லை என்றும் அறிவித்தார். திருமுருகன் அறிவித்த முடிவே தன்னுடைய முடிவு என்று தங்கப்பாவும் அந்நிகழ்ச்சியில் அறிவித்தார்.

ஒரு மாத காலம் முடிவடைந்த நிலையில் அரசின் நடவடிக்கைகளில் எந்த மாற்றமும் நிகழவில்லை. அதற்கு மாறாக, அலுவலகங்களுக்கு சுற்றறிக்கை அனுப்பியிருப்பதாகவும் முடிவுக்குக் காத்திருப்பதாகவும் தெரிவித்த அரசு விருதினைத் திருப்பியளிக்கும் எண்ணத்தை மறு ஆய்வு செய்யுமாறு ஒரு மடலை எழுதி அனுப்பியது. அந்தக் கோரிக்கைக்கும் உடன்பட்ட இருவரும் மேலும் ஒரு மாதம் காத்திருந்தனர். அப்போதும் எந்த மாற்றமும் நிகழாததால் *10.04.2001* அன்று தமிழன்பர்களோடு ஊர்வலமாகச் சென்ற தங்கப்பாவும் திருமுருகனும் கலை பண்பாட்டுத் துறை இயக்குநரைச் சந்தித்து விருதுகளையும் விருதுத்தொகையையும் திருப்பிக் கொடுத்தனர்.

*2009*இல் எதிர்பாராமல் நிகழ்ந்த திருமுருகனின் மரணத்துக்குப் பிறகு தெளிதமிழ் இதழைத் தொடர்ந்து நடத்தும் பொறுப்பை தங்கப்பாவே ஏற்றுக்கொள்ள வேண்டியிருந்தது. தெளிதமிழ் இதழுக்காக தங்கப்பா எழுதிய ஆசிரியவுரைக்கட்டுரைகள் அனைத்தும் முக்கியமானவை. அவருடைய எண்ண ஓட்டங்களைப் படம்பிடிக்கும் விதங்களில் அவை அமைந்திருந்தன. தமிழ் தனக்குரிய முதன்மைத்தகுதியுடன் வலம்வர வேண்டும் என்பதே அவருடைய வாழ்நாள் கனவாக இருந்தது. தெளிதமிழ் இதழில் அவர் எழுதிய முகப்புப்பாடல்கள் அனைத்திலும் இந்த எண்ணமே வெவ்வேறு கோணங்களில் வெளிப்பட்டது. தமிழைப் புறக்கணித்து வாழும் தமிழர்களை, தங்கப்பா மிகவும் ஆழ்ந்த துயரத்துடனேயே பார்த்தார். அவர்களை தம் கருத்துகளுக்குச் செவிமடுக்கும்படி செய்ய முடியவில்லை என்பதையொட்டி அவருக்குள் ஒருவித தோல்வியுணர்வு இருந்தாலும் அதை அவர் அவ்வளவாக வெளியே காட்டிக் கொண்டதில்லை. என்றாவது ஒருநாள் அவர்கள் கண்களை மறைத்திருக்கிற தன்னலத்திரை விலகிவிழக்கூடும் என்றும் அப்போது அவர்கள் உண்மையைப் புரிந்துகொள்வார்கள் என்றும் அவர் நேர்மறையாகவே நம்பினார்.

தமிழின் வழியாகவே பிற மலர்ச்சிகள் அனைத்தும் ஏற்பட வேண்டும் என்பது தங்கப்பாவின் நம்பிக்கை. பிற மலர்ச்சிகள் அனைத்தும் ஒரு மாளிகையின் வரவேற்பறை, படிப்பறை, படுக்கையறை, சமையலறைக்கு இணையானவை என்றும் தமிழ்வளர்ச்சி என்பதோ,

அந்த மாளிகையின் அடிக்கட்டுமானத்துக்கு இணையானது என்றும் அடிக்கடி சொல்லிக்கொண்டே இருந்தார் தங்கப்பா.

'யார் மேலோன்?' என்றொரு பாடல் தங்கப்பா எழுதிய பாடல்களில் முக்கியமான ஒன்று. தங்கப்பா இப்பாடலில் வாழ்வில் தெளிவு பெற்ற ஒருவன் எப்படி இருப்பான் என்றொரு வரையறையை வகுத்தளிக்கிறார்.

என்றும் அறிவொடு கல்வி - பல
ஏற்றங்கள் பெற்றிருந்தாலும்
ஒன்றும் தெரியாதவன்போல்- இந்த
உலகினில் வாழ்பவன் மேலோன்

நன்றெது தீதெது என்றே - அவன்
நன்னெறிக் கொள்கைகள் பேசான்
அன்றன்று வாழ்ந்திடும் வாழ்வை - அன்பின்
அழகுற வாழ்பவன் மேலோன்

அன்புள்ளம் கொண்டே இருப்பான் -வெறும்
ஆர்ப்பாட்டம் தன்னை வெறுப்பான்
இன்புற்று மக்கள் மகிழ்தல் - எண்ணி
என்றும் உழைப்பவன் மேலோன்

முழுதும் விளங்குதல் என்றே - எண்ண
முரண்களில் வீழ்ந்திட மாட்டான்
எழுதுறும் நூற்சுமை நீங்கி - உண்மை
இயல்புடன் வாழ்பவன் மேலோன்

அப்பாவி போல இருப்பான் - சற்றும்
அறிவுப்படம் காட்ட மாட்டான்
தப்பாக நீ திட்டினாலும் - ஏற்றுத்
தலையாட்டிக் கொள்பவன் மேலோன்

சுடுமணற் படுகை என்றாலும் - உள்
சுரந்திடும் ஊற்றுநீர் போல
கடுமை புறத்திற் கொண்டாலும் - உள்
கனிந்திடும் அன்பினன் மேலோன்

கவர்ச்சிப் புனைவுகள் செய்யான் - மிகை
காட்டின் நெருப்பை வெறுப்பான்
எவர்க்குமே தான் மிக மேலோன் - எனும்
எண்ணம் இலாதவன் மேலோன்

சடங்குகள் அற்றவன் மேலோன் - மனத்
தடைகள் கடந்தவன் மேலோன்
நொடிதொறும் உயிர்ப்புறும் வாழ்வின் -சுவை
நுகர்ந்து திளைப்பவன் மேலோன்

ஏந்தும் விளம்பரத்தாலே - புகழ்
எய்தும் வழிகள் வெறுப்பான்
மாந்தர் உறவினில் தானே - உண்மை
மகிழ்ச்சி யுறுபவன் மேலோன்

இப்பாடல் நூற்றுக்கு நூறு விழுக்காடு தங்கப்பாவுக்கே பொருந்தக்கூடிய பாடல். தன்னையறியாமலேயே தன்னைத்தானே அவர் தீட்டிக்கொண்ட ஓவியம் என்றும் சொல்லலாம்.

காட்சிக்கு எளியவனாக வாழ்வதும் கண்ணில் தென்படும் காட்சிகளில் கரைந்து விடுவதும் ஒரு பாணனைப்போல மனம் எழுச்சியுறும் கணங்களில் பாப்புனைந்து மகிழ்வதுமாகவே அவர் தன் வாழ்க்கையை முழுமையாக வாழ்ந்தார். பாட்டுணர்வும் தமிழுணர்வும் அவருடைய குருதியுடன் கலந்த ஒன்றாக இருந்தது. தன்னலம் கருதாமல் அன்பில் தோய்ந்த வாழ்க்கையின் சிறப்பை வாழ்நாள் முழுதும் பிறருக்கு எடுத்துரைத்தபடி இருந்தார். தனிமைப்பயணியான தங்கப்பா தனக்குத்தானே வகுத்துக்கொண்ட அப்பாதையில் 31.05.2018 அன்று அவர் மறையும் இறுதிக்கணம் வரைக்கும் தளர்ச்சியின்றி நடைபோட்டபடியே இருந்தார்.

***

## 15. தங்கப்பாவின் படைப்புகளும் விருதுகளும்

### பாடல்கள்

1. பாடுகின்றேன் (இளங்கோ பதிப்பகம், சென்னை. 1973)
2. எங்கள் வீட்டுச் சேய்கள் (தமிழிலக்கிய வெளியீடு, சென்னை.1973, 2003)
3. மழலைப்பூக்கள் (கிறித்துவ இலக்கியச் சங்கம், சென்னை. 1983)
4. தேடுகின்றேன் (வானகப் பதிப்பகம், புதுவை. 1980)
5. ஆந்தைப்பாட்டு (வானகப் பதிப்பகம், புதுவை. 1983, 2006)
6. அடிச்சுவடுகள் (தமிழாய்வகம், சென்னை. 1983)
7. வேப்பங்கனிகள் (வானகப் பதிப்பகம். 1983)
8. மலைநாட்டு மலர்கள் ( 1985)
9. கள்ளும் மொந்தையும் (1987)
10. இயற்கையாற்றுப்படை (1989)
11. மயக்குறு மக்கள் (கிறித்துவ இலக்கியச் சங்கம், சென்னை. 1990)
12. இயற்கை விருந்து (1991)
13. அகமும் புறமும் (1991)
14. பின்னிருந்து ஒரு குரல் (வானகப் பதிப்பகம், புதுவை. 1992)
15. பனிப்பாறை நுனிகள் (வானகப் பதிப்பகம், புதுவை 1998)
16. புயற்பாட்டு (வானகப் பதிப்பகம், புதுவை 2000)
17. கனவுகள் (வானகப் பதிப்பகம், புதுவை. 2002)
18. பாட்டெனும் வாள் எடுப்பாய் (வானவில் வெளியீடு, சென்னை. 2004)
19. உயிர்ப்பின் அதிர்வுகள் (தமிழினி பதிப்பகம், சென்னை. 2006)
20. சோளக்கொல்லைப் பொம்மை (வானகப் பதிப்பகம், புதுவை. 2009)
21. உரிமைக்குரல் (வானகப் பதிப்பகம், புதுவை. 2009)
22. மழலை விருந்து (வையவி பதிப்பகம், சென்னை. 2010)
23. பூம்பூம் மாட்டுக்காரன் (வானகப் பதிப்பகம், புதுவை. 2016)
24. காரும் கூதிரும் (வானகப் பதிப்பகம், புதுவை. 2016)
25. வம்பனார் இயற்றிய வாழ்வியல் அறுபது (வானகப் பதிப்பகம், 2017)

### கட்டுரைகள்

1. பாரதிதாசன்- ஓர் உலகப்பாவலர் (தமிழோசை பதிப்பகம், சென்னை.1987)
2. நுண்மையை நோக்கி (வானகப் பதிப்பகம், புதுவை. 1989)
3. எது வாழ்க்கை? (வானகப் பதிப்பகம், புதுவை. 1994, 1996, 2003, 2010)
4. பாட்டு வாழ்க்கை (வானகப் பதிப்பகம், புதுவை. 1994, 1999, 2005, 2012)

5. திருக்குறளும் வாழ்வியலும் (வானகப் பதிப்பகம், புதுவை. 1995)
6. மண்ணின் கனிகள் (உலக இலக்கியக்கழகம், சென்னை. 1996)
7. மொழிமானம் (வானகப் பதிப்பகம், புதுவை, 2000)
8. நானும் என் தமிழும் (தமிழ்நேயம், கோவை. 2008)
9. கொடுத்தலே வாழ்க்கை (வானகப் பதிப்பகம், புதுவை. 2001)
10. வாழ்க்கை அறிவியல் எல்லைகள் அற்ற வாழ்க்கை (பாவை பதிப்பகம். 2010)
11. நானும் என் தமிழும் (தமிழ்நேயம் வெளியீடு - 2011)

**ஆங்கில நூல்கள்**

1. Meadow flowers (Poems) (வளர்மதி பதிப்பகம், சென்னை. 1984)
2. The question of mediam (Phamplet, 1970)
3. Poems in English (Twenty poems included in a collection of Cotemporary Indian Egnlish poetry by Busy Bee Books, Puducherry 2007)
4. The Prince who became a monk (2017)

**தமிழிலிருந்து ஆங்கிலத்தில் மொழிபெயர்த்த நூல்கள்**

1. Hues and Harmonies from an ancient land ( Pandiyan publication, Puducherry. 1970)
2. Songs of Grace (Selection from Vallalar. All India Books, Puducherry. 1985)
3. Selected poems of Bharathidhasan and Vanidhasan (PILC, 1996)
4. House of Darkness (Translation of Irundaveedu by Bharathidhasan. CLS, 1997)
5. Stories from Tamil literature ( Vanagap pathippagam, 2003)
6. Love stands alone (Selction from Sangam Literature, Penguin India, 2010)
7. Red Lillies and frightened birds (Translation of Muthollayiram, Penguin India, 2011
8. Translation of Tamil Poems fronm India (Tamil Literary garden, Canada. 2013)
9. The prince who became a monk (2016)
10. Pebbles (Poems of Meenakshi. 2017)

## விருதுகள்

1. அரவிந்தர் ஆசிரமப் பரிசு (1972)
2. பாவேந்தர் விருது (1991)
3. பாரதிதாசன் விருது - தமிழக அரசு (1991)
4. பெரியார் விருது (1998)
5. கலைமாமணி விருது (2001) (புதுவை அரசுக்கே திருப்பிக் கொடுக்கப்பட்டது)
6. தமிழ்த்தேசியச் செம்மல் விருது (2002)
7. சிற்பி இலக்கிய விருது (2007)
8. இலக்கிய மாமணி விருது (2007)
9. இனமானக் குரிசில் விருது (2009)
10. திருப்பூர் தமிழ்ச்சங்க விருது (2010)
11. சாகித்ய அகாதெமி குழந்தை இலக்கிய விருது (2011)
12. சாகித்ய அகாதெமி மொழிபெயர்ப்பு விருது (2012)
13. நேரு விருது - புதுவை அரசு (2012)

***